காலையும் மாலையும்

(சொற்பொழிவுகள்)

கி. வா. ஜகந்நாதன்

Title: Kaalaiyum Maalaiyum

Author: Ki. Va. Jagannathan

Language: Tamil

First Published on: 1957

Year of Publication: 2025

Book Format: Paperback

*Page Size: 6inch * 9inch*

Category: Religious

Subject: Religious Essays

No. of pages: 136

ISBN: 978-81-998609-6-4

Published by: Nilan Publishers, Madurai, Tamilnadu, India

பொருளடக்கம்

குறிப்புகளுக்காக

முகவுரை

வாழ்நாளில் மனிதனது மனத்திண்மையைக் குலைப்பது காமம். இல்வாழ்வில் இருப்பவனையும் துறவியையும் நிலைகுலையச் செய்து அவர்களுடைய ஒழுக்கத்தைப் பாழாக்கிப் பலவகைத் துன்பங்களை அவர்களுக்கும் அவர்களால் பிறருக்கும் உண்டாகும்படி செய்யும் அந்த நோய்க்கு உட்படாதவர்கள் பெரியவர்கள். காமனை வென்றவன் சிவபெருமான். அவன் காமனை எரித்த பிறகு முருகன் திரு அவதாரம் செய்தான். வேலாயுதப் பெருமான் ஞானமே உருவானவன். அவனை நம்பினவர்களுக்குக் காமத்தால் உண்டாகும் துன்பம் இல்லை. அவனுடைய அருள் இருந்தால் மனத்திண்மை உண்டாகும். அந்தத் திண்மையாகிய புணையைக் கொண்டு காமக் கடலைக் கடந்து விடலாம்.

கந்தர் அலங்காரத்தில் வரும் ஆறு பாடல்களுக்குரிய விளக்கம் இந்தப் புத்தகத்தில் இருக்கிறது *(27 - 32)*. இந்த ஆறு பாடல்களிலும் மூன்று காமத்தைப் பற்றிப் பேசுகின்றன. இரண்டு பாடல்கள் பெண் மயலில் உழன்று தடுமாறுவதைச் சொல்கின்றன *(4,6)*. மூன்றாவது காமத்தை வென்ற பெருமிதத்தைச் சொல்கிறது *(3)*. பெண் மயலில் உழன்றதைச் சொல்லும் இரண்டு பாடல்களில் ஒன்று *(4)* மனத்தைப் பார்த்துப் பேசுவதாக அமைந்துள்ளது. 'பெண்களைக் கண்டு அவர்களுடைய உறுப்பு நலன்களைப் பாராட்ட எண்ணுகிற நீ, முருகனிடம் உள்ள பொருள்களை எண்ண வாய்ப்பு இருக்கிறதே! அவற்றை எண்ணாமல் இருக்கிறாயே! எப்படி முக்தியை அடைவது?' என்று மனத்தை நோக்கி இடித்துரைக்கும் பாடல் அது. அது ஒரு வகையில், காம உணர்ச்சி உண்டாகாமல் இருக்க எவ்வாறு மகளிரைக் காண வேண்டுமென்றும், எவ்வாறு எண்ண வேண்டு மென்றும் வழி

சொல்லித் தருகிறது. மற்றொரு பாட்டோ *(6)* துறவிகளும் மங்கையர் விழி வலையிற் பட்டுத் தடுமாறுவதை விரிக்கிறது.

'வள்ளிமணாளன் திருவருளால் நான் காம சமுத்திரத்தைக் கடந்தேன்' *(3)* என்று ஒரு பாட்டில் அருணகிரியார் பாடுகிறார்.

வாழ்க்கையினிடையே காமனால் அச்சம் உண்டாகிறது. வாழ்க்கையின் முடிவில் காலனால் அச்சம் உண்டாகிறது. காமனை வெல்வது போலவே முருகன் அருள் இருந்தால் காலனையும் வென்று விடலாம் என்பதை அருணகிரிநாதர் பல இடங்களில் எடுத்துச் சொல்கிறார். இப் புத்தகத்தில் எடுத்து விளக்கும் முதற் பாடல் அந்தக் கால ஜயத்தையே பேசுகிறது. ஓலையும் தூதரும் கண்டு திண்டாடுவதைப் போக்கி முருகனுடைய திருவுருவம் முன் நிற்கிறதாம். அப்பெருமானுடைய உருவத்தியானம் செய்தால் இடருறும்போது அவ்வுருவம் முன்வந்து நின்று அதனைக் களையும் என்ற குறிப்பும் இப்பாடலில் இருக்கிறது.

ஒரு பாட்டு, இந்த உடலாகிய சிறையிலே புகாத வண்ணம் திருவடியாகிய வீட்டைத் தந்தருள வேண்டுமென்று முருகனை வேண்டுவதாக இருக்கிறது *(5)*. இறைவன் திருவடியே வீடாக இருக்கும் என்ற உண்மையை இப் பாடல் புலப்படுத்துகிறது.

மற்றொரு பாட்டு *(2)*, இறைவன் திருவருளால் பெறும் அநுபவத்தைப் பற்றிச் சொல்கிறது. அகண்டமாக இருக்கும் பரம்பொருளை உருவமாக வைத்து வழிபட்டுப் புகலடைந்து காதல் கொண்டால் அக்காதல் முறுகுமிடத்துப் பிறக்கும் இன்பம் இத்தகையதென்று பிறருக்கு உணர்த்தலாகாது என்று அருண கிரிநாதர் சொல்கிறார். "முருகுப்பித்துப் பிடித்துப் போய் அந்த இன்பத்தை அநுபவித்துப் பார்க்க வேண்டுமேயன்றி எவ்வாறு புகல்வது?" என்று கேட்கிறார்.

இதில் உள்ள ஆறு பாடல்களில் ஒன்று மனத்தை முன்னிலைப் படுத்திச் சொல்லியது *(4)*; இரண்டு முருகனை முன்னிலை யாக்கிப் பாடியவை *(5, 6)*; மற்ற மூன்றும் படர்க்கையில்

அமைந்தவை. முருகனுடைய வீரத் திருவிளையாடல்களை இரண்டு பாடல்களில் காணலாம் (5, 6). அவனுடைய வேலின் பெருமையை நான்கு பாடல்கள் சொல்கின்றன (2,4,5,6) அவனுடைய மயிலை இரண்டு பாடல்களும் (1, 4), திருவடியை மூன்று பாடல்களும் (2,4,5) நினைப்பூட்டுகின்றன. அவன் திருவடியை, செய்ய தாள் என்றும், வெட்சித் தண்டைக்கால் என்றும், புண்டரீகத்தினும் செக்கச் சிவந்த கழல் என்றும் போற்றுகிறார்.

தேனாம்பேட்டை ஸ்ரீ பாலசுப்பிரமணிய சுவாமி திருக்கோயிலில் வியாழக்கிழமை தோறும் இந்தச் சொற்பொழிவுகள் நடைபெறு கின்றன. பல அன்பர்கள் ஆர்வத்துடன் கேட்பதால் சிந்தித்துச் சொல்லவேண்டும் என்ற எண்ணம் எனக்கு உண்டாகிறது. பேசுவதைச் சுருக்கெழுத்தால் எழுதி உருவாக்கும் பொறுப்பை அன்பர் ஸ்ரீ அனந்தன் ஏற்றுக் கொண்டிருப்பதால், கூடிய வரையில் திருத்தமாகப் பேச வேண்டும் என்று எண்ணுகிறேன். இந்தப் பாதுகாப்புக்களுக்கு நடுவே, 'இது புத்தக உருவாகிறது' என்ற எண்ணமும் உள்ளத்தில் இருந்து எச்சரிக்கை செய்கிறது. இந்தக் காரணங்களால் சொன்னதையே சொல்லாமல் இருக்க முயன்று பார்க்கிறேன். ஆயினும் சில இடங்களில் முன்பு விரிவாகச் சொன்னதைச் சுருக்கமாகச் சொல்லும் அவசியம் நேர்ந்து விடுகிறது.

சொற்பொழிவு வாரந்தோறும் நடைபெற்றாலும் அன்பர் அனந்தன் தட்டெழுத்தில் வடித்துத் தந்தவற்றைப் பார்ப்பதில் சோம்பல் இடையே குறுக்கிடுகிறது. அதனால் புத்தகங்கள் சற்றே எருமை நடை போடுகின்றன.

பேசுவது காற்றோடு போகாமல் உருவாவதற்கு இப்படி ஓர் அன்பரை முருகன் சுட்டுவித்தானே என்று எண்ணி அவனருளை வியக்கிறேன். அவருக்கும், இந்த நூல் வரிசையை அச்சேற்றும் பொறுப்பைத் தாங்கும் என் அன்பர் ஸ்ரீ ரா.ஸ்ரீ. ஸ்ரீகண்டன் அவர்களுக்கும், இந்தச் சொற்பொழிவுகள் இடையூறின்றி நடக்க வழிகோலி வரும்

முருகன் திருக்கோயில் பாதுகாவலராகிய ஸ்ரீ சந்திரசேகரன், ஸ்ரீ நரசிம்மன், ஸ்ரீ திருவேங்கட நாயகர் ஆகிய மும்மூர்த்திகளுக்கும் அகங்கனிந்த நன்றியைத் தெரிவித்துக் கொள்கிறேன். இந்தப் புத்தகங்களில் சிறிதளவேனும் பொருள் இருப்பதாக எண்ணும் அன்பர்களின் பாராட்டில் பெரும் பங்கு மேலே சொன்ன ஐந்து பேர்களுக்கும் உரியதாகும்.

முருகன் திருவருள் யாண்டும் மல்குக.

கி.வா.ஜகந்நாதன்

03.08.1957

காலையும் மாலையும்

1

யமனுடைய வாதனையினின்றும் நீங்குவதற்குக் காலத்தை மாய்த்துக் காலத்தினால் மாய்க்கப்படாமல் இருப்பதற்கு, இறைவன் திருவருளால் பெறுவதற்குரிய உபதேச சீலம் இன்னதென்பதை, "நீலச் சிகண்டியில் ஏறும்பிரான்," என்னும் பாட்டினால் தெரிந்து கொண்டோம். அடுத்த பாட்டில் அருணகிரிநாதர் மற்றோர் உபாயம் சொல்கிறார்.

பல வகை உபாயம்

கருணை நிரம்பியவர்கள் மக்களுக்கு வழிகாட்ட வேண்டு மானால் நான்கைந்து வழிகளைக் காட்டுவார்கள். ஏதேனும் ஒரு வழியை மாத்திரம் காட்டினால் அந்த வழியிலே செல்லும் திண்மையும் தகுதியும் இல்லாதவர்களுக்கு அதனால் பயன் உண்டாகாது. அதனால் ஒன்று இல்லாவிட்டாலும் மற்றொன்று பயன்படட்டும் என்ற கருணையோடு பலவகை வழியைப் பெரியோர்கள் காட்டுவார்கள்.

மிகக் குறைந்த செல்வம் உடையவன் ஒருவனை அணுகினால் அவன் தன்னிடம் பண்டம் ஒன்றும் இல்லாமையினால் ஒரு ரூபாய் அல்லது இரண்டு ரூபாய் கொடுப்பான். அப்படி இல்லாமல் வளவாழ்வு பெற்று, எல்லாப் பொருளும் தன் மாளிகையில் குவித்து வைத்திருக்கும் செல்வனை அணுகினால் அவன் வேண்டுவனவற்றையெல்லாம் பண்டமாகக் கொடுப்பான்; வகை வகையான பண்டங்களைக் கொடுப்பான்.

பொருள் இருந்தாலும் மனம் இல்லாவிட்டால் கொடுக்க இயலாது. மனம் இருந்தாலும் பொருள் இல்லாவிட்டால் அப்போதும் கொடுக்க இயலாது. ஆகவே இரண்டும் உடைய மக்களின் வழியாகத்தான் அவர்களைச் சார்ந்தவர்களுக்குப் பலவகைப் பண்டங்களும் பணமும் கிடைக்கின்றன.

எவ்வளவு ஏழையான தாயாக இருந்தாலும் தன் செல்வ நிலைக்கு உட்பட்டுப் பல பல அணிகளையும், சுவைமிக்க பண்டங்களையும் தன் குழந்தைக்கு அளிக்கிறாள். அதைப்போல யமவாதனையினின்றும் விடுதலை பெற மக்களுக்குப் பல வழிகளைக் கருணைமிக்க ஆசிரியர்கள் காட்டுகிறார்கள்.

பலவகை வழிபாடுகள்

நம் சமயத்தில் பல வகையான வழிபாடுகள் இருப்பதற்குக் காரணம் பல தரப்பட்ட மக்களும் இறைவன் திருவருளுக்குப் பாத்திரமாக வேண்டுமென்ற கருணை நோக்கந்தான். ஒவ்வொரு மனிதருக்கும் உள்ள மனப்பக்குவத்தை உணர்ந்து அதற்கு ஏற்றபடி எப்படி எப்படி உபதேசம் செய்ய வேண்டுமோ அப்படிச் செய்தவர்கள் நம் நாட்டுப் பெரியோர்கள். இறைவனது அருளால் இன்பப் பேற்றைப் பெற்றுநின்ற அருணகிரிநாதரும் எல்லா மக்களும் எம்பெருமான் அருளால் இன்பத்துக்கு உரியவர்களாக வேண்டுமென்ற பெருங் கருணையோடு கந்தர் அலங்காரத்தில் பல வழிகளைச் சொல்கிறார். 'ஆருயிர்கள் காலனிடத்திலிருந்து தப்ப வேண்டும்" என்ற கருணையோடு முன்னே,

"அழித்துப் பிறக்கவொட் டாஅயில் வேலன் கவியை அன்பால்
எழுத்துப் பிழையறக் கற்கின்றி லீர்எரி மூண்டதென்ன
விழித்துப் புகைஎழப் பொங்குவெங் கூற்றன் விடுங்கயிற்றால்
கழுத்திற் சுருக்கிட் டிழுக்குமன் றோகவி கற்கின்றதே"

என்ற பாட்டில் எதிர்மறை முகமாக, "எம்பெருமான் புகழைச் சொல்லும் தமிழ்க் கவிகளை எழுத்துப் பிழையறக் கற்றால்

கூற்றுவனுடைய இன்னலுக்கு ஆளாகாமல் இருக்கலாம்'" என்பதைப் புலப்படுத்தினார். பிறகு வேலும் மயிலும் துணையாக இருப்பதனால், "மரணப்ரமாதம் நமக்கு இல்லையாம்" என்றார். பிறகு யமனையே அறை கூவி, "அவிரோத ஞானச் சுடர்வடிவாள் கண்டா யடா!" என்றார். அதற்கு அப்பால், 'குருநாதன் சொன்ன சீலத்தை மெள்ளத் தெளிந்து அறிவார் சிவயோகிகளே, காலத்தை வென்றிருப்பார்'' என்று கூறினார். இப்போது, "சுவாமி! எனக்குத் தமிழ் தெரியாது. எனக்குக் குருநாதனும் கிடைக்கவில்லை. அப்படியே யாராவது உபதேசம் செய்தாலும் அந்தச் சீலத்தின்படி ஒழுக எனக்குத் திறமை இல்லை. எனக்கு ஒன்றும் வழி இல்லையா?'' என்று கேட்டால் அதற்கு விடைபோல இருக்கும் பாட்டைச் சொல்கிறார்.

ஓலையும் தூதரும் கண்டுதிண்
டாடல் ஒழித்தெனக்குக்
காலையும் மாலையும் முன்னிற்கு
மேகந்த வேள்மருங்கில்
சேலையும் கட்டிய சீராவும்
கையில் சிவந்தசெச்சை
மாலையும் சேவல் பதாகையும்
தோகையும் வாகையுமே.

இந்தப் பாட்டின் பொருளைக் கேள்வியாகவும் விடை யாகவும் கற்பனை செய்து பார்க்கலாம்.

காட்சியும் பதிவும்

"கோயிலுக்குப் போய் இருக்கிறாயா? ஆண்டவனுக்கு எத்தனையோ விதமான அலங்காரங்களைப் பண்ணுகிறார்களே! அவற்றையெல்லாம் பார்த்திருக்கிறாயா?'' என்று ஒரு வினாவைக் கேட்டார் அருணகிரிநாதர்.

"போயிருக்கிறேன் சுவாமி. கந்த சஷ்டி அன்று கூடக் கோயிலுக்குப் போய்ப் பார்த்தேன்" என்று அன்பன் பதில் சொன்னான்.

"பார்த்துவிட்டு வந்தாயே; என்ன பயனைக் கண்டாய்?"

"பார்த்தேன். அலங்காரம் அழகாய் இருந்தது. எல்லோரும் கன்னத்தில் போட்டுக் கொண்டார்கள். நானும் போட்டுக் கொண்டு கீழே விழுந்து வணங்கிவிட்டு வந்தேன்."

"கண் பெற்ற பயனாகக் கண்டேன் என்றாயே; அது நல்லது. ஆனால் கண்ணுக்கு அப்பால் நோக்கும் நோக்கம் ஒன்று இருக்கிறது. அறிவுடைய மனிதனாக நீ இருப்பதனால் கண்ணாலே பார்த்து வந்துவிட்டேன் எனச் சொல்வதில் பயன் இல்லை."

"பின்னே என்ன செய்ய வேண்டும்?"

"கண்ணாலே பார்த்ததைக் கருத்திலே பதித்துக் கொள்ள வேண்டும்."

"கருத்திலே அதை எப்படிப் பதித்துக் கொள்வது?" என்று அவன் கேட்டான்; பதில் வருகிறது.

"உலகத்தில் எத்தனையோ பொருள்களை நீ பார்க்கிறாய். அவை எல்லாம் உன் மனத்தில் நிற்பது இல்லையா? உனக்கு அழகான மனையாட்டி இருக்கிறாள்; அன்புள்ள குழந்தை இருக்கிறது. அவர்கள் ஊருக்குப் போயிருக்கிறார்கள். நீ தனிமையில் படுத்திருக்கிறாய். கண்ணை மூடிக்கொண்டு ஏதோ யோசிக்கிறாய். உன் அழகான மனைவி உன் கருத்திலே தோன்றுவது இல்லையா? உன் செல்லக் குழந்தை மார்பின் மீது தவழ்ந்து விளையாடுவது போல நினைந்து உடம்பு கிளுகிளுத்துப் போகிறாய் அல்லவா? அப்போது குழந்தை உன்னிடத்தில் இல்லாவிட்டாலும் மார்பின் மீது நீந்துவது போல நினைத்து இன்புறுகிறாயே! அது எப்படி? அவர்களுடைய உருவம் உன் உள்ளத்தில் எப்படிப் பதிந்தன?"

"நான் அடிக்கடி பார்த்திருக்கிறேன்; அதனால் பதிந்தன."

"அப்படியானால் நீ அடிக்கடி ஆண்டவன் கோயிலுக்குச் செல்லலாமே! அவன் அலங்காரத்தைப் பார்க்கலாமே! நீ பார்த்தால் பதிவு ஏற்படாதா?"

"நான் அடிக்கடி போகிறேன்; அடிக்கடி பார்க்கிறேன். இருந்தும் பதிவு ஏற்படவில்லையே!"

"மனையாட்டியை அடிக்கடி பார்க்கிறேன், அதனாலே பதிவு ஏற்பட்டது என்று சொல்கிறாய். ஆண்டவனை அடிக்கடி பார்க்கிறேன், இருந்தும் பதிவு ஏற்படவில்லை என்கிறாய். இவை இரண்டும் ஒன்றுக்கொன்று முரண்பட்டவை அல்லவா? நீயே யோசித்துப் பார்."

விடை வரவில்லை. அவர் மேலும் விளக்குகிறார். "மனையாட்டியை அடிக்கடி பார்ப்பது இருக்கட்டும். ஒருவன் மணம் செய்து கொள்வதற்கு முன் பெண் பார்க்கச் சென்றான். தனக்கு மனையாட்டியாக வரப்போகும் அந்தப் பெண்ணை ஒருமுறை தான் பார்த்தான். இருந்தும் கல்யாணம் ஆகும் வரையில் கிட்டத் தட்ட இரண்டு மாதம் எப்போதும் அவளையே நினைத்துக் கொண் டிருந்தான்; அந்தப் பெண்ணின் உருவம் அவன் மனத்திலேயே பதிந்து நின்றது. இப்படி நிகழ்வது உண்டு அல்லவா?"

"உண்டு.உண்மையைச் சொல்கிறேன். நான் என் கல்யாணத்தின் போது பெண் பார்க்கச் சென்றேன். பெண் வீட்டில் தங்கியது அரை மணி நேரம். அதுவும் பெண்ணைப் பார்த்தது ஐந்தே நிமிஷந்தான். அதற்குப் பிறகு கல்யாணம் ஆகும் வரையில் அவள் உருவம் என் மனத்திலேயே நின்றது."

கண்ணும் கருத்தும்

"ஓர் உருவம் மனத்தில் பதிவு பெறவேண்டுமென்பதற்குப் பல முறைகள் காணவேண்டுமென்பது அவசியம் அன்று. ஒரே முறை பெண்ணைப் பார்த்தவன், அவள் என் காதலியாக வரப்

போகிற பெருமாட்டி என்ற அறிவோடு பார்த்தான். கண்ணைக் கொண்டு பார்க்கும்போதே தன் கருத்தைக் கொண்டும் பார்த்தான். அதனால் ஒரு முறை பார்த்தாலும் பதிந்தது. பல முறைகள் பார்த்தும் மனத்தில் எத்தனையோ உருவங்கள் பதிவு ஆகாமல் இருந்தும், இந்த உருவம் கண நேரத்தில் பதிவாகி விட்டது.உருவம் மனத்தில் பதிய வேண்டுமென்றால் அறிவோடு, கருத்தோடு பார்த்தல் வேண்டும்."

"அறிவோடு பார்ப்பது என்றால் என்ன?"

'அந்தப் பொருளின் பற்பல பகுதிகளையும் தனித்தனியாகக் கூர்ந்து பார்ப்பது மனத்தில் பதிய வழியாகும்; அதுவே அறிவோடு பார்ப்பது. தனித்தனியாக, ஒவ்வொரு பகுதியாகப் பார்த்து வந்தால் கடைசியில் அந்தத் திருவுருவம் முழுவதும் மனத்தில் அமையும். இல்லாவிட்டால் அமையாது.'

'நான் நாளைக்குக் கோயிலுக்குப் போவேன். ஆண்டவனது திருவுருவத்தை எப்படிப் பார்ப்பது என்று கொஞ்சம் சொல்லித் தாருங்கள். நீங்கள் சொல்வது அத்தனையும் என்னுடைய அநுபவத்தில் உண்மை என்று படுகின்றது. கண்ணால் பார்க்கும் போதே என்னுடைய அநுபவப் பொருளாகக் கருத்திலும் நான் பார்த்ததனால் தான் மனையாட்டியின் உருவமும் குழந்தையின் உருவமும் மனத்தில் பதிந்திருக்கின்றன. அப்படியே ஆண்டவனையும் பார்க்க வேண்டும் என்று சொல்லுகிறீர்களே; நான் எப்படிப் பார்க்க வேண்டும்? கோயிலுக்குப் போனால் தீபாராதனை காட்டுகிறார்கள். ஒரே கூட்டமாக இருக்கிறது. நான் அவ்விடத்தில் எவ்வாறு ஆண்டவனைத் தரிசித்து, அவன் திருவுருவத்தை மனத்தில் பதித்துக்கொள்ள வேண்டுமென்று சொல்லுங்கள்" என்று அன்பன் கேட்கிறான்.

2

'அப்பா! சொல்லுகிறேன் கேள். சொல்வதற்கு முன்னாலே எனக்கு ஒரு சந்தேகம். உன்னைப் போன்றவர்கள் இவ்வாறு

கேட்பதற்கு முன்னாலே ஒரு கேள்வி போடுவது வழக்கமாயிற்றே. அந்தக் கேள்வியைக் கேட்க நீ ஏன் மறந்துவிட்டாய்?" என்றார் அருணகிரியார்.

அவனுக்கு ஒன்றும் விளங்கவில்லை. "அது என்ன கேள்வி சுவாமி?" என்றான்.

என்ன பயன்?

என்ன அப்பா! நீ இருபதாவது நூற்றாண்டிலே வாழ்கிறேன் என்று சொல்லிக் கொள்கிறாய்! இந்த நூற்றாண்டிலே வாழ்பவர்களின் முதல் கேள்வி, அதனால் என்ன பயன்? என்பது தானே? "இறைவனைக் கண்ணாலும் கருத்தாலும் பார்த்துப் பதிவை ஏற்படுத்திக் கொள்வதனால் பயன் என்ன சுவாமி? என்றல்லவா நீ எடுத்த எடுப்பில் கேட்க வேண்டும்?"

"சரி. அந்தக் கேள்வியை நீங்களே போட்டுக் கொண்டு விடையும் சொல்லுங்கள்" என்றான் அவன்.

அருணகிரியார் சொல்கிறார். "மனிதன் உலகத்தில் வாழ்கிறான். வாழ்வு முடிந்தவுடன் சாகிறான். வாழ்நாளில் வருகின்ற துன்பங்கள் எல்லாவற்றிலும் மிகமிகப் பெரிய துன்பம் சாவு. அந்தத் துன்பம் என்றைக்குமே வராமல் இருந்தால் துன்பமே அவனுக்கு அற்றுப்போய் விட்டது எனலாம். துன்பம் இல்லாமல் போனால் ஆனந்தம் தலை எடுக்கும். இருட்டு எங்கே இல்லையோ அங்கே ஒளி இருக்கும். துன்பம் தருகின்ற இருட்டாகிய சாவை ஒழித்து விட்டால், கால ஜயம் செய்துவிட்டால், இன்ப ஒளி உண்டாகும். அதுதான் இறைவன் திருவுருவத்தை மனத்தில் பதித்துக்கொள்வதன் பயன்" என்றார்.

"அடடா! நீங்கள் சொல்வதே எனக்கு இன்பமாக இருக்கிறது! அந்த யமன் வந்தால் என்ன செய்வான்? அவனே நேரில் வருவானா?"

யம பயம்

அப்பா! யமன் நேரே வரமாட்டான். யமன் ஒரு பெரிய ராஜா. அவனுக்குக் கீழே பல தூதர்கள் இருக்கிறார்கள். அந்தத் தூதர்களைத் தான் அவன் ஏவி விடுவது வழக்கம். மிகப் பெரியவர்களானால் அவனே நேரில் வருவான். மார்க்கண்டேயனை இழுத்துப் போக அவனே நேரில் வந்தான். மார்க்கண்டன் எம்பெருமானைத் தழுவிக் கொள்ள, எம்பெருமானையும் சேர்த்து யமன் பாசக் கயிற்றைப் போட்டு இழுக்க, எம்பெருமான் தன் காலாலே காலனை உதைத்துத் தள்ளினான் என்ற கதையை நீ கேட்டது இல்லையா?"

"ஆமாம்; கேட்டிருக்கிறேன்."

"மார்க்கண்டேயனைப் பிடித்துப் போக முதலில் எம தூதர்கள் வந்தார்களாம். ஆனால் அவர்கள் அவனை அணுக முடியவில்லை. பின்பு கூற்றுவன் வந்தானாம். அவனாலும் முடியவில்லை. கூற்றுவன் தூதர்களின் தலைவன். அதைக் கேட்டு எமன் சீற்றம் கொண்டானாம். 'நானே அவனைப் போய்க் கொண்டு வருகிறேன்' என்று மீசையை முறுக்கிக் கொண்டு கரிய எருமை வாகனத்தில் புறப்பட்டு வந்தான். திருக்கடவூர் வந்து சேர்ந்தான். தமிழ்நாட்டில் திருக்கடவூர் என்ற தலம் இருக்கிறது உனக்குத் தெரியுமா?

"தெரியும்; அதைத் திருக்கடையூர் என்று சொல்கிறார்கள்."

அப்படி மருவி வழங்குவதற்கும் ஒரு பொருள் சொல்லலாம். மார்க்கண்டேயன் தன் வாழ்நாளின் கடைசி வந்துவிட்டது என்று அஞ்சி இறைவனைப் புகல் புகுந்த கடைசி ஊர் அது. நாமும் நம் முடைய வாழ்நாளின் கடையை, இறுதியை, நினைக்கச் செய்யும் ஊர் ஆதலால் திருக்கடையூர் என்பது ஒரு வகையில் பொருத்தமே."

"அங்கே யமன் மார்க்கண்டேயன் மேலே பாசம் வீசினான். பாசத்திற்கு அகப்படாத ஆண்டவனையும் சேர்த்துப் பாசம் வீசியதால் செத்து ஒழிந்தான். மீண்டும் உயிர்ப்பிக்கப்

பெற்றான் என்ற கதையைக் கேட்டிருக்கிறேன். எமனுடைய தூதர்கள் வருவார்கள். ஓலையை நீட்டுவார்கள். அதை வாங்கிப் படித்தவர்கள் திரும்ப வந்து அதில் என்ன எழுதியிருந்தது என்று சொன்னது கிடையாது. சொல்லியிருந்தாலாவது அவன் வரும் போது எப்படி நடந்து கொள்ள வேண்டுமென்று கற்றுக் கொள்ளலாம். இப்பொழுது நான் என்ன செய்வேன்!

அறிகுறிகள்

"யமன், எருமைக்கடா, ஓலை என்பனவெல்லாம் அறிகுறிகள். நுட்பமான பொருள்களை நினைவுபடுத்திக் கொள்வதற்காகப் பருப் பொருளான அடையாளங்களை வைத்து வழங்குவது பெரியோர்கள் வழக்கம். மரணத் துன்பத்தை நாம் நினைவு கூர்வதற்குப் பயங்கரமான யமனையும் பிற பொருள்களையும் அறிகுறிகளாகக் காட்டுகிறார்கள். பருப்பொருளாகச் சொன்னாலும் அறிவுடையவர்கள் உள்ளுறையை உணர்ந்துகொண்டு விடுவார்கள். நம் நாட்டுப் புராணக் கதைகள் வரலாறாகத் தோன்றினாலும் நுட்பமான கருத்துக்களை உள்ளுறையாக உடையவை.

"அவை கிடக்கட்டும். இப்பொழுது யமன் விஷயத்தைச் சொல்லுங்கள்" என்று அன்பன் இடைமறித்துக் கேட்டான்.

"அதைத்தான் நான் சொல்ல வருகிறேன். நீ இவ்வுலகில் இத்தனை காலந்தான் வாழ்வாய் என்று உன்னைப் படைக்கும் போது நீ செய்திருக்கும் பாவ புண்ணிய வினைகளை எல்லாம் கணக்கிட்டு உன் தலையில் பிரம்மன் எழுதி அனுப்பி விட்டான். உன் தலை எழுத்தின் ஒருபடி எமனுக்கும் அப்பொழுதே அனுப்பப்பட்டு விடுகிறது. உன் ஆயுள் காலம் முடியும்போது அந்தப் படியாகிய ஓலையை எடுத்துக் கொண்டு யமதூதன் வருவான். ஒப்பந்தப்படி நீ இவ்வுலகில் வாழவேண்டிய காலம் முடிந்துவிட்டது; இனி என்னுடன் வா என்று குறிப்பிக்க யமதூதன் ஓலையை உன்னிடம் நீட்டுவான்.

அதைப் பார்க்கும் போதே உன் கண் பஞ்சடைய ஆரம்பிக்கும். வாய் குழறும். காது அடைத்துக்கொள்ளும்.

"ஓலையையும், அதைக் கொண்டுவந்து உன்னிடம் கொடுத்த யமதூதனையும் கண்டு உயிர் உடம்பை விட்டுவிட வேண்டுமே என்று திண்டாடுவாய்; வேதனைப் படுவாய். ஓலையைக் கண்டவுடனே அச்சம்; எதிரே நிற்கின்ற தூதனைக் காணும் போது நடுக்கம்; இவற்றுடன் உயிர் ஊசலாடிக் கொண்டு வெளியே போகத் திண்டாடும். இந்தத் திண்டாட்ட வாதனையை ஒழிக்கலாம்."

ஓலையும் தூதரும் கண்டு திண்டாடல் ஒழித்து

என்று அருணகிரியார் சொன்னவுடனேயே, 'அது எப்படி சுவாமி? என் ஆயுள் முடிந்துவிட்டது என்பதை அறிவிக்கும் ஓலையையும், 'என்னுடனே வா' என அழைக்கின்ற யம தூதரையும் கண்டு, உடல் சோர்வு அடைய, கண் பஞ்சு அடைய, பயத்தினாலே திண்டாடுகின்ற நிலையை ஒழிக்க உண்மையிலே இயலுமா?" என்று கேட்கிறான்.

3

படம் எழுதுததல்

"அப்பா! முடியும். அதற்குப் படம் எழுதவேண்டும். எம்பெருமான் முருகனுடைய படத்தை எழுதவேண்டும். மனத்திரையில் எழுதிக்கொள்ள வேண்டும்."

"சுவாமி! நீங்கள் சொல்வது விளங்கவில்லை. மனத்திரையில் எப்படி எழுதுவது? ஒரு நாளைக்கு இருபத்து நான்கு மணி நேரமும் நான் எம்பெருமான் திருவுருவத்தைப் பார்த்துக் கொண்டே நின்றாலும் நான் அவன் உருவத்தை மனத்திரையில் எழுதும் பாக்கியம் இல்லாதவன் ஆயிற்றே. அப்படி இருக்க, காலை எட்டு மணிக்குக் காரியாலயம் போனால் மாலை எட்டு மணிக்குத் தான் திரும்பி வருகிறேன். வீட்டில் தங்கும் சில மணி நேரம் தூக்கத்திலும்,

சாப்பாட்டுக்கு வேண்டிய பொருளை வாங்கி வருவதிலுமே செலவாகி விடுகிறதே. எனக்கு எப்போதும் ஆண்டவனை நினைக்க நேரம் எங்கே?" என்று பரிதாபமாகக் கெஞ்சுகிறான் அன்பன்.

"நீ இருபத்து நான்கு மணி நேரமும் ஆண்டவனை நினைக்க வேண்டாம். அவன் திருவுருவத்தை நினைப்பதற்கு இரண்டு போதுகள் இருக்கின்றன. அந்த இரண்டு போதும் வழிபட்டால் போதும். அதிலிருந்து இன்பம் உண்டாகும். நம் நாட்டில் ஒரு வழக்கம் இருக்கிறது; உனக்குத் தெரியுமா? நாள்தோறும் தேவாரத்திலுள்ள பதிகத்தைப் பாராயணம் பண்ணும் எண்ணம் உடையவர்கள் நேரம் இல்லாவிட்டால் அப்பதிகத்தின் முதல் பாட்டையும் கடைசிப் பாட்டையும் சொல்வது வழக்கம். அந்த இரண்டையும் பாடினாலேயே நடுவில் இருக்கிற அத்தனையையும் சொன்னது போலாகும் என்று சொல்வார்கள். அதைப் போலவே இருபத்து நான்கு மணி நேரத்தில் மாலை என்பது ஓர் எல்லை; காலை என்பது ஓர் எல்லை. பகலில் எங்கும் ஒளி பரவி நிற்கும். இரவில் எங்கும் இருள் கவிந்திருக்கும். ஒளி இறைவனுக்கு அடையாளம். இருள் கூற்றுவனுக்கு அடையாளம். வாழ்க்கையில் ஒளி நிரம்பிய பகல் பிறப்பைப் போலவும், இரவு இறப்பைப் போலவும் உள்ளன.

"உறங்குவது போலவும் சாக்காடு உறங்கி
விழிப்பது போலும் பிறப்பு"

என்கிறார் வள்ளுவர். இரவில் உடம்பு தொழில்படாமல் அடங்கியிருக்கும். இரவு நேரம் போனபிறகு எல்லா உறுப்புக்களும் தொழில் படுகின்றன. விடியும்போது பிறக்கிறான்; உறுப்புக்கள் தொழில்பட ஆரம்பிக்கின்றன. இரவில் மரிக்கிறான்; உறுப்புக்கள் தொழில்படாமல் அடங்கி விடுகின்றன. பிறக்கின்ற, இறக்கின்ற காலம் இரண்டுக்கும் எல்லையாக உள்ள இரண்டு போதுகள் காலையும் மாலையும். இந்த இரண்டு நேரங்களில் இறைவனை நினைந்து வழிபட்டு, அவன் திருவுருவத்தை மனத் திரையில் ஓவியமாகத் தீட்டிக்

கொண்டால் இப்போதைக்குப் போதும்" என்கிறார் அருணகிரியார்.

காலையும் மாலையும் முன் நிற்குமே

அந்தணர்கள் காலை, மாலை, மத்தியான்னம் ஆகிய மூன்று போதும் சந்தியாவந்தனம் செய்வார்கள். காலையும், மாலையும் தவறாமல் செய்வது மிக்க விசேஷம். பெரிய திருக்கோயில்களில் ஆறு காலம் பூசை நடைபெறும். சிறிய கோயில்களில் காலையும் மாலையுமாகிய இரண்டு சந்திகளில் பூசை நிகழும். சந்திகளில் சிறந்தவை காலையும் மாலையும். இந்த இரண்டு பொழுதும் இறைவனை நினைந்து வழிபட்டால் போதும். அது மற்ற நேரங்களில் மனசில் இருக்கும்.

புதிதாகக் கல்யாணம் பண்ணிக்கொண்டவன், காலையிலே சாப்பிட்டுவிட்டுக் காரியாலயம் போகும்போது, தன் மனையாட்டி மடித்துக் கொடுத்த வெற்றிலையை வாயில் போட்டுக் கொண்டு, ஆசை விழிகளோடு அவளைப் பார்த்துவிட்டு வெளியே போகிறான். இருந்தாலும் இடையிலுள்ள நேரங்களில் காரியாலயத்தில் அவன் செய்கின்ற வேலைகளுக்கிடையே மனையாட்டியின் நினைவும் அவன் கருத்தில் வந்து வந்து மறைந்துகொண்டே இருக்கிறது. காலையும் மாலையும் மனைவியைப் பார்ப்பது செயலாக இருந் தது. இடைப்பட்ட காலத்தில் எப்படி இருக்கிறது? மனத்தின் நினைவாக இருக்கிறது. அப்படியே காலையும் மாலையும் இறை வனைத் தரிசித்து வழிபட்டு அவன் திருவுருவத்தை மனத்திலே நினைந்து பழகினால் இடைப்பட்ட காலத்திலும் அந்த நினைவு மறக்காமல் இருக்கும்.

கடைசி நினைவு

நாம் எத்தனை காலம் வாழ்ந்தாலும் கடைசியில் இறந்து படுவோம் என்கிற ஞானம் வரவேண்டும். இறைவன் நாமத்தைச் சாகிறபோது சொல்லிக்கொள்ளலாம் என்று

இருந்தால் அது இயலாது. எவ்வளவு முயன்றாலும் பழைய வாசனையே முன்வந்து நிற்கும். இறைவன் நினைவு சாகிற போது வரவேண்டுமானால் வாழும்போது ஒவ்வொரு சந்தியிலும் அவனை நினைத்துப் பழகியிருக்க வேண்டும்.

***"காலன் வரும்முன்னே கண்பஞ் சடைமுன்னே
பாலுண் கடைவாய் படுமுன்னே - மேல்விழுந்தே
உற்றார் அழுமுன்னே யூரார் சுடுமுன்னே
குற்றாலத் தானையே கூறு"***

என்று பட்டினத்துப் பிள்ளையார் கூறுகிறார். ஆகவே, இறக்கும் போது இறைவனை நினைத்துக் கொள்ளலாம் என்று இருப்பதனால் பயன் இல்லை. மனத்திலே அவனுடைய நினைவாகிய வாசனை கொஞ்சம் கொஞ்சமாக ஏற வேண்டும். எப்படி ஏறும்? இராக்காலத்தில் ஒவ்வொரு நாளும் படுத்துக் கொள்ளும்போது இறைவனை நினைந்து நினைந்து அவன் திருவுருவத்தை மனத்திலே தீட்டிக் கொள்ள வேண்டும். அதன் பயனாக விடியற் காலையில் எழுந்திருக்கும்போது இறைவன் நினைவு வரும். இரவு எதைப்பற்றி நினைத்துக்கொண்டு உறங்குகிறதோ அதைப் பற்றியே நினைத்துக்கொண்டு எழுந்திருப்பது மனத்தின் இயல்பு.

"தொழுது எழுவார் வினைவளம் நீறெழ நீறணியம்பலவன்"

என்று மாணிக்கவாசர் திருக்கோவையாரில் பாடியிருக்கிறார். படுக்கும்போது இறைவனைத் தொழுது படுப்பவர்களாதலின் விடிந்தவுடன் எழும்போது நினைப்பு வந்து தொழுகிறார்கள். இது இறைவனுடைய அடியார்களுக்கு இயல்பு. இறைவனுடைய நினைவு அவர்களுக்குக் காலையும் மாலையும் முன்னிற்கிறது.

இதேபோலத்தான் இறக்கும் பொழுது ஆண்டவனை நினைந்து தொழுது கொண்டே இறப்பவர்கள் பிறக்கும் பொழுது ஆண்டவனையே நினைந்து தொழும் இயல்போடு பிறக்கிறார்கள். பிறந்த வுடன் திடீரென்று ஒருவனுக்கு ஞானம்

வந்துவிடாது. "கல்யாணம் கூட ஆகவில்லை. முருகா முருகா என்று அவன் சாமியாராகப் போய்விட்டானே!" என்று சொல்வதைக் கேட்டிருக்கிறோம். ரமண பகவான் சிறு வயசிலேயே திருவண்ணாமலை வந்து விட்டார். ஒரு நாளைக்கும் மற்றொரு நாளைக்கும் எப்படித் தொடர்பு இருக்கிறதோ, அதே போலத்தான் ஒரு பிறவிக்கும் மற்றொரு பிறவிக்கும் இணைப்பு இருக்கிறது. முதல் நாள் இரவு ஒருவன் படுக்கும் பொழுது எந்த நினைவுடன் படுக்கிறானோ, அதுவே மறுநாள் காலையில் தெளிவாகத் தோன்றுகிறது. இந்தப் பழக்கம் உறுதிப்பட்டால், வாழ்விலே எத்தனை விதமான காரியத்தைச் செய்தாலும் இறக்கும் பொழுது இறைவனது நினைவு முன்வந்து நிற்கும். இறக்கும் போது உள்ள நினைவே மறுபிறப்புக்குக் காரணமாகிறது என்பார்கள். சிற்றின்பங்களை நுகரவில்லையே என்ற நினைவோடே இறந்தால் மீண்டும் பிறந்து அந்த இன்பங்களை நுகர வேண்டி வரும். இறைவன் அடியைத் தொழ வேண்டும் என்ற இறுதி நினைவோடு இறந்தால் அதற்குத் தக்க பிறவியே கிடைக்கும். மனிதனுக்கு மட்டும் இந்த நியதி என்ப தன்று; விலங்கினங்களுக்கும் இது பொருந்தும்.

காக்கைக்குச் சோறு

பெரும்பாலும் விலங்கினங்கள் உண்ணுவதும், உறங்குவது மாகத்தான் காலத்தைக் கழிக்கின்றன. அவை இறக்கும் பொழுது என்ன நினைவோடு இறக்கின்றனவோ அதற்கு ஏற்ற பிறவியை எடுக்கும். விலங்கு சாகும் போது மனிதனை நினைத்தால் அடுத்த பிறவியில் அது மனிதனாகப் பிறக்கும்.

இந்த நாட்டில் உண்பதற்கு முன் காக்கைக்குச் சோறிடுவது வழக்கம். அதில் இரண்டு பயன் உண்டு. ஒன்று நம்மைப் பாதுகாப்பது; மற்றொன்று காக்கையைப் பாதுகாப்பது. காக்கை கா கா என்று தன் இனத்தைக் கூவி அழைத்து உண்ணும் தன்மையைக் கண்டு நாமும் நம்மிடம் இருப்பதைப் பகிர்ந்து உண்ணக் கற்கிறோம். சோறு முதலானவற்றில் நஞ்சு கலந்திருந்தால் அதை

உண்ணும்போது காகம் மயங்கி விழுந்துவிடும். அதைக் கண்டு நாம் அந்த உணவை உட்கொள்ளக் கூடாது என்று அறிந்து கொள்ளலாம்.

உண்டுகாட்டி

முற்காலங்களில் பெரிய அரசன். உணவை அருந்துவதற்கு முன்பு உண்டு பார்க்கும் சிலர் இருப்பார்கள். அதில் யாராவது பகைவன் நஞ்சைக் கலந்து வைத்திருக்கப் போகிறானே என்ற எண்ணத்தால் அந்த வழக்கம் இருந்தது. அரசன் உண்பதற்கு முன் உணவின் இயல்பைத் தெரிந்துகொள்ள உண்பவர்களை "உண்டு காட்டிகள்" என்பர். கண்ணப்ப நாயனார் முதலில் தாம் உண்டு, மிக்க சுவையுள்ளவற்றைக் காளத்தியப்பனுக்குக் கொடுத்தாராம். ஆண்டவனுக்குக் கண்ணப்பர் உண்டுகாட்டியாக இருந்தார் என்று சொல்லலாம்.

பெரியவர்களுக்கு ஒன்றை அளிப்பதற்கு முன்பாக அது நல்லதா, தீங்கு இல்லாததா என்பதை அன்புடையவர்கள் பரீட்சை செய்து பார்த்துவிட்டு அளிப்பதுண்டு. ஒரு குருநாதரிடத்தில் பல மாணவர்கள் இருந்தார்கள். ஒருநாள் அவரிடம் வந்து, "சுவாமி! தாங்கள் உறங்க வேண்டிய படுக்கையைப் போட்டுவிட்டு, அதிலே உங்கள் சிஷ்யன் ஒருவன் தினமும் படுத்துப் புரளுகிறான். அவன் உங்கள் பால் அன்பு உடையவன் என்று சொல்லிக் கொள்கிறீர்களே" வேண்டுமானால் தினமும் இறைவனை நினைந்து பழகியிருக்க வேண்டும். ஒவ்வொரு நாளும் எப்போதும் இறைவனை நினைக்க இயலாவிட்டாலும் காலையும் மாலையுமாவது நினைத்துப் பழக வேண்டும். மாலையில் செய்கிற காரியம் மறுநாள் காலையில் செய்கிற காரியத்திற்குத் தோற்றுவாய்.

ஆகவே அருணகிரியார் சொல்கின்றார்: "அப்பா, நீ எப்போதும் இறைவனை நினைத்துக் கொண்டே இருக்க வேண்டும் என்பது இல்லை. எனக்கு ஒன்று தெரியும். காலையும் மாலையும் ஆகிய இரு சந்தி வேளையில் இறைவனை

நினைத்தால் போதும். அவன் எப்போதும் உன் முன்னே நிற்பான்" என்கிறார்.

எனக்குக் காலையும் மாலையும் முன்னிற்குமே.

ஒவ்வொரு நாளும் காலை மாலை ஆகிய இரு வேளைகளிலும் செய்கின்ற தியானத்தின் வாசனை உள்ளத்தில் ஏற ஏற, இறக்கிற காலம் ஆகிய மாலையிலும், பிறக்கிற காலம் ஆகிய காலையிலும் 'முன்னிற்கும்' என்றும் பொருள் கொள்ள வேண்டும்.

4

இறைவன் திருக்கோலம்

காலையும் மாலையும் முன் நிற்கும் உருவம் எது? அதன் அங்கங்கள் எவை?

கந்த வேள்மருங்கில்
சேலையும் கட்டிய சீராவும் கையில் சிவந்தசெச்சை
மாலையும் சேவல் பதாகையும் தோகையும் வாகையுமே.

இறைவனுடைய உருவத்தில் தோன்றுவனவற்றை வரிசையாக அடுக்குகிறார்.

"இறைவன் திருக்கோலத்தைப் பார்" என்கிறார் அருணகிரி நாதர்.

"பார்த்தேன்" என்கிறான் அன்பன்.

"என்ன பார்த்தாய்? செக்கச் செவேல் என்று இருக்கும் சிவந்த மேனியைப் பார்த்தாயா? அவன் இடையில் கட்டியுள்ள சிவந்த ஆடையைப் பார்த்தாயா? இடுப்பில் தொங்கும் கத்தியைப் பார்த்தாயா? தோளில் அணிந்துள்ள மாலையைப் பார்த்தாயா? கையில் தாங்கியுள்ள சேவல் கொடியைப் பார்த்தாயா? அவனுக்கு அருகில் நிற்கும் தோகையுடைய மயிலைப் பார்த்தாயா? வெற்றி மாலையைப் பார்த்தாயா?"

என்று அருணகிரியார் கேட்டுக்கொண்டே போகிறார். "காலையும், மாலையும் இவற்றையெல்லாம் பார்த்தால், கருத்தோடு பார்த்து மனத்தில் பதிவை ஏற்படுத்திக் கொண்டால் நீ இறக்கும் மாலையிலும், பிறக்கும் காலையிலும் இவை முன்நிற்கும்" என்கிறார்.

கந்தவேள்

வேள் என்ற பெயருடையோர் இருவர். ஒருவன் செவ்வேள்; மற்றொருவன் கருவேள். முருகன் செவ்வேள். பொதுவாக வேள் என்று சொல்லும்போது அது முருகனையே குறிக்கும். இங்கே சொன்ன வேள் கந்த வேள்.

கந்தவேள் மருங்கில் சேலையும்

மருங்கு என்பது இடை. அவன் இடுப்பில் ஆடை கட்டியிருக்கிறான். சேலை என்பது ஆடைக்குரிய பொதுப் பெயராக இருந்தது மாறி இப்போது பெண்டிர் கட்டும் ஆடைக்கு வழங்குகிறது.

கட்டிய சீராவும்

எம்பெருமான் வீரன் அல்லவா? தன் இடையில் உடைவாள் கட்டியிருக்கிறான். சீரா என்பது உடைவாள். இடுப்பிலே சிவந்த ஆடை கட்டியிருக்கிறான். மேலே உடைவாள் தொங்குகிறது. பக்தர்களின் பகைவர்களை அழிக்கும் வாள் அது. பக்தர்களுக்கு ஞான ஒளி கொடுப்பது அது.

வெட்சி மாலை

கையில் சிவந்த செச்சை மாலையும்

செச்சை என்பது வெட்சிப் பூவுக்குப் பெயர். செக்கச் செவேல் என்று இருக்கும். சிவந்த வெட்சிப் பூவால் ஆனமாலை, செச்சை மாலை. அது முருகனுக்கு உரியது. வெட்சி என்னும் பூவைப்பற்றிச் சற்று இங்கே சிந்திப்போம்.

தமிழ் இலக்கணத்தை இரு பிரிவாகப் பிரித்தார்கள். அகம், புறம் என்பவை அவை. காதலோடு தொடர்புடையது அகம். பெரும்பாலும் வீரத்தோடு தொடர்புடையது புறம். அகப் பொருள் குறிஞ்சி முதலிய ஐந்து திணைகளை உடையது. புறப்பொருள் வெட்சி முதலிய பல திணைகளை உடையது. அகப்பொருளின் முதல் திணை குறிஞ்சி. புறப்பொருளின் முதல் திணை வெட்சி. இந்த இரண்டும் இரண்டு மலர்களால் பெயர் பெற்றவை.

குறிஞ்சிப் பூ என்பது மலையில் விளைகின்ற பூ. பன்னிரண்டு ஆண்டுகளுக்கு ஒரு முறைதான் மலரும். அது குறிஞ்சி நிலத்துக்கு அடையாளம். குறிஞ்சி நிலத்துக்குத் தெய்வம் முருகன். அதனால் குறிஞ்சிப் பூவை விரும்புகிறவன் அவன். அதுபோலவே புறப் பொருளின் முதல் திணையாகிய வெட்சிக்குரிய பூவும் முருகனுக்கு ஏற்றது. அகப்பொருள் புறப் பொருளாகிய இரண்டிலும் முதலில் முருகனுக்குரிய மலர்களை நினைப்பூட்டும் திணைகள் இருக்கின்றன.

புறப் பொருளில் வீரத்திற்கு உரிய போர் முதலிய செய்திகள் வருகின்றன. இந்தக் காலத்தைப்போல அணுகுண்டைப் போட்டுப் போரில் கலந்து கொண்டவர்கள், கலக்காதவர்கள் எல்லோரையும் அழிப்பது அந்தக் காலத்தில் இல்லை. போர் செய்வதற்காக என்று தனியாகவே போர்க்களம் உண்டு. போருக்கும் ஒரு வரையறை உண்டு. யுத்த தர்மம் இன்னது என்பதைப் பாரதம் முதலிய நூல்களில் பார்க்கலாம். போரேயானாலும் வரையறையோடு நடப்பதால் அறப்போர் என்று சொன்னார்கள்.

ஒரு நாட்டு அரசனுக்கும், மற்றொரு நாட்டு அரசனுக்கும் பகை மூண்டுவிட்டால் உடனே படை எடுத்து வந்து முற்றுகையிட மாட்டார்கள். பகைவன் நாட்டுக்குச் சென்று முதலில் போர் செய்யப் போகிறோம் என்பதற்கு அடையாளமாக நாட்டிலுள்ள பசுமாடுகளை ஓட்டிக் கொண்டு போவார்கள். குழந்தைகள், கிழவர்கள், பெண்கள் எல்லோரும் பாதுகாப்பான இடத்திற்கு ஓடி விடலாம் என்று

பறை சாற்றுவார்கள். மேயப் போன மாடுகளை ஓட்டிப் போய் விடுவார்கள். "சண்டைக்கு எடுபிடி மாடு பிடி" என்று ஒரு பழமொழி உண்டு. பாரதத்தில் விராதனுடைய மாடுகளைத் துரியோதனன் படையைச் சார்ந்தவர்கள் ஓட்டிச் சென்றபோது அர்ச்சுனன் அவற்றை மீட்டுவந்தான் என்று படித்திருக்கிறோம். போருக்குத் தொடக்கமாக ஆநிரையைக் கைப்பற்றுவது வெட்சியென்னும் திணை. அதற்கு அடையாளம் வெட்சிப் பூ. அது முருகனுக்கு விருப்பமான மலர். முதல் திணை வெட்சி, கடைசித் திணை வாகை; அது வெற்றியைச் சொல்வது. அதைக் காட்டும் பூ வாகை. அதையும் முருகன் அணிந்திருக்கிறான்.

தமிழ் இலக்கணத்தில் அகத்திணை, புறத்திணை ஆகிய இரண்டோடும் அவற்றின் பொருளாகிய காதலோடும், வீரத் தோடும் சம்பந்தப்பட்டவன் முருகன் என்பதை உணர்த்தக் குறிஞ்சி மலரும், வெட்சி மலரும் முருகனுக்கு உரியனவாக இருக்கின்றன.

கையில் சிவந்த செச்சை மாலையும்

தன் கைகளிலே சிவந்த வெட்சிப் பூ மாலையைக் கட்டிக் கொண்டிருக்கின்றான் முருகன்.

கொடி முதலியன

"ஆண்டவன் கோயிலுக்குப் போய், அவன் திருவுருவத்தை மனத்திலே பதித்துக் கொள்ளும்படியாக எப்படிப் பார்ப்பது?" என்று கேட்டவனுக்கு அருணகிரியார் சொல்வதாக கற்பனை செய்து கொண்டோம்?

அதோ இருக்கிறான் பார் கந்தவேள். முதலில் அவன் இடையில் கட்டிய சேலையைப் பார். கண்ணை மூடிக் கொண்டு அதை நினைக்க வேண்டும். பின்னர் அவன் சீராவை நினைக்க வேண்டும். கையில் சிவந்த செச்சை மாலையை அணிந்திருக்கிறான்; அதை நினைக்கவேண்டும் அப்புறம்?

சேவல் பதாகையும் தோகையும்

சண்டையைப் பற்றிச் சொல்வது போலச் சீராவைச் சொன்னார்; வெட்சியைச் சொன்னார். கத்தியை எடுத்துக் கொண்டு, வெட்சி அணிந்து கொண்டான். சேவற் கொடியைப் பிடித்துக் கொண்டான். மயில்மேல் ஏறிக் கொண்டான். உடனே தமிழ் படித்த மக்களுக்கு ஆண்டவன் போர் செய்யப் போகிறானோ என்ற நினைவு வந்துவிடும் அல்லவா? ஆண்டவன் ஆயுதங்களை எடுத்தாலே போதும்; சண்டை போட வேண்டும் என்னும் அவசியமே இல்லை; பகைவர்கள் அழிந்து போவார்கள்.

ஜனகனுடைய வில்லைத் தூக்க முடியாமல் பலர் திணறினார்கள். ஆனால் ராமன் என்ன செய்தான்? வில்லினிடம் அவன் நெருங்கி வந்ததைக் கண்டார்கள். அவன் தொட்டுத் தூக்கியதையும் கண்டார்கள். கண் மூடிக் கண் திறப்பதற்குள் என்ன சத்தம்! வில் ஒடிந்துபோய் விழுந்த சத்தந்தான் காதில் விழுந்தது.

"எடுத்தது கண்டனர் இற்றது கேட்டார்"

என்கிறார் கம்பர். அதைப்போல முருகன் இடுப்பில் உடை வாளையும் கையில் வெட்சி மாலையையும் கண்டோம். கொடி கட்டி மயிலின்மேல் ஏறியதைப் பார்த்தோம். இது என்ன? வெற்றி மாலையை அல்லவா காண்கிறோம்?

ஆம்; அவன் வெற்றி பெற்றுவிட்டான். உடைவாளுடன் வெட்சியை அணிந்து கையில் கொடியை உயர்த்திக் கொண்டு மயிலுடன் புறப்பட்டுவிட்டான் என்றால் அவன் போருக்குத் தான் எழுந்தான் என்று எண்ணுவதில் தவறு இல்லை. ஆனால் போர் நடந்தது நமக்குத் தெரியாது. பகைவன் அழிந்து விட்டான். முருகப் பெருமான் வெற்றி வீரனாகிவிட்டான். இதற்கு அடை யாளம் என்ன?

வாகையுமே

அவன் வாகை மாலையை அணிந்து கொண்டிருக்கிறான்.

மற்றவர்களுக்குத் தன்னுடைய வீரத்தை, வெற்றியை விளம்பரப் படுத்திக் கொள்ளவா அவன் வாகை மாலை சூட்டிக் கொண்டிருக் கிறான்? "நீ பயப்படாதே. நான் இதோ இருக்கிறேன். எப்படிப்பட்ட பகைவர்களானாலும் என்னிடம் வந்தால் நான் அழித்து விடுவேன். வெற்றி எப்பொழுதும் எனக்குத்தான்" என்பதை வாகை மூலமாக ஆருயிர்களுக்கு உணர்த்திப் பயத்தைப் போக்கு கிறான். "என்னிடத்தில் உனக்குத் தொடர்பு இருந்தால் உனக்கு வெற்றி அளிக்க நான் வருவேன்" என்பதற்கு அடையாளமாக வாகை மாலையை சூடிக்கொண்டிருக்கிறான். சேவல் பதாகை பிடித்திருக்கிறான்.

முருகன் இடையில் கட்டிய சேலையையும், சீராவையும், கையில் அணிந்துள்ள செச்சை மாலையையும், சேவல் பதாகையையும், தோகையையும், வாகையையும் கண்டு இன்பப் பூரிப்பு அடைகிறார்கள் பக்தர்கள்.

ஆறு பொருள்கள்

அருணகிரியார் இங்கே ஆறு பொருள்களைச் சொன்னார். முருகப் பெருமான் ஷண்முகநாதன் அல்லவா? முருக பக்தர்கள் ஆறு ஆறு என்று எண்ணுவதில் ஆனந்தம் காண்பார்கள். ஆறு என்ற எண்ணே அவர்களுக்கு ஆறுமுகநாதனை நினைவு ஊட்டும். ஆண்டவன் சந்நிதானத்தில் வணங்கினால் ஆறு முறை வணங்குவார்கள். வலம் வந்தால் ஆறு முறை வருவார்கள். யாராவது பணம் கேட்டால் ஆறு ரூபாய் கொடுப்பார்கள். ஆறெழுத்து ஜபிப்பார்கள்.

திருப்புகழில் ஓரிடத்தில் முருகனடியார்களாகிய மாதவர்கள் திருநீறு அணிவதைச் சொல்கிறார் அருணை முனிவர். அவர்கள் ஆறுமுகம் ஆறுமுகம் என்று சொல்லி அணிகிறார்களாம். அதை ஆறு தடவை சொல்கிறார்களாம்.

ஆறுமுகம் ஆறுமுகம் ஆறுமுகம்
ஆறுமுகம் ஆறுமுகம் ஆறுமுகம் - என்று பூதி
ஆகமணி மாதவர்கள்

முருகனுடைய திருக்கோலத்தை நினைப்பூட்டுகையில் இங்கே ஆறு பொருளைச் சொல்கிறார். எம்பெருமான் மருங்கில் அணிந்துள்ள சேலையை நினைக்கச் செய்கிறார். கட்டிய சீராவை நினைக்கச் செய்கிறார். கையில் அணிந்துள்ள சிவந்த செச்சை மாலையை நினைப்பூட்டுகிறார். சேவல் பதாகையையும் பார்க்கச் சொல்கிறார். தோகையையும் காட்டி, வாகை மாலையையும் கண்டு களிக்கச் செய்கிறார். ஆக ஆறு பொருள்களை அழகாகக் காட்டுகிறார்.

குறிப்பு

"உலகத்தில் பிறந்தவர்கள் செத்துப் போகிறார்கள். சாகின்ற துன்பம் மிகப் பெரிய துன்பம். அந்தத் துன்பம் போகவேண்டு மென்றால், எம்பெருமானின் திருவுருவத்தை மனத்திரையில் எழுதிக்கொண்டு காலையும் மாலையும் நினைந்து வாழ வேண்டும். அப்படிச் செய்தால் எம்பெருமானின் திருவுருவம் நீ இறக்கின்ற போது, உன்னுடைய மாலையில் வந்து முன் நிற்கும். பின்னர் மறுபிறவி எடுத்தாலும் பிறப்பாகிய காலையில் வந்து நிற்கும்" என்பதை இப்பாட்டில் புலப்படுத்துகிறார்.

ஒருவனைப் பார்த்து, "நீ அப்படிச் செய். வெற்றி பெறுவாய்" என்று சொன்னால் ஒருகால் அவன் வெற்றி அளிக்கும் என்பது என்ன நிச்சயம் என்று எண்ணிச் செய்யாமல் விட்டாலும் விட்டு விடுவான். "நான் அப்படித்தான் செய்தேன், வெற்றி அடைந்தேன்" என்று வெளிப்படையாகச் சொல்லி, "நீயும் அப்படிச் செய்" என்பதைக் குறிப்பாகப் பெற வைக்கிறார்.

"எம்பெருமானின் திருவுருவத்தைத் தரிசித்துப் பின்பு காலையும் மாலையும் ஆன சந்தியா வேளையில் அவற்றைத் தியானம் செய்தால் அவ்விரு வேளைகளிலும் அவனது திருவுருவம் உனக்கு முன் தோன்றும். ஒருநாள் காலையும்

மாலையும் தோன்றுவது மாத்திரம் அல்ல. இறக்கும் போதும் அத்திருவுருவம் வந்து முன் நிற்கும். அதனால் என்ன பயன் தெரியுமா? ஓலையுடன் எம தூதன் வரமாட்டான். இது என் அனுபவம். எனக்கு அத்திருக்கோலம் முன் நிற்கிறது" என்பது அவர் உபதேசம்.

அநுபவத்தால் உணரல்

மடையில் தண்ணீர் பாய்கிறது. தண்ணீர் வேகமாய்ப் போய் வயலில் பாய்வது தெரிகிறது. நூற்றைம்பது கன அடி தண்ணீர் விட்டான் என்று அளவு கொடுக்கலாம். பயிர் நன்றாக விளைந்து வருவதையும் பார்க்கிறோம். தண்ணீர் பயிருக்குள் எப்படிப் பாய்ந்தது என்றால் என்ன சொல்வது? தண்ணீர் பாயும்போது கண்ணுக்குத் தெரிந்தது. பயிர் விளைந்து தழைத்து நிற்கும் போதும் கண்ணுக்குத் தெரிகிறது. "இடையில் எப்படித் தண்ணீர் பாய்ந்தது? எப்படிப் பயிர் அவற்றை எடுத்துக் கொண்டது? தானியம் எப்படி விளைந்தது?" என்றால் என்ன பதில் சொல்வது? நடுவில் நடக்கின்ற காரியங்கள் நம் கண்ணுக்குத் தெரிவதில்லை.

அதே போல எம்பெருமானின் அழகான திருவுருவ தரிசனம் கண்டுகொண்டால் அதன் பயனாகத் தீங்குகள் போய்விடும். மனத்திலுள்ள சோர்வுகள் போய்விடும். அச்சம் போய்விடும். இருள் அகன்றுவிடும். ஞான ஒளி பிறக்கும். காலனுக்கு அங்கே வேலை இல்லை. வரமாட்டான். இறைவன் திருவருள் இன்பம் கிடைக்கும். அதற்கும் இதற்கும் என்ன தொடர்பு என்று விளக்க இயலாது. அது அனுபவித்து உணர வேண்டியது.

ஓலையும் தூதரும் கண்டுதிண்
டாடல் ஒழித்து, எனக்குக்
காலையும் மாலையும் முன்நிற்கு
மே,கந்த வேள்மருங்கில்
சேலையும் கட்டிய சீராவும்
கையில் சிவந்தசெச்சை மாலையும்

சேவல் பதாகையும்
தோகையும் வாகையுமே.

[கந்தவேளினது இடையில் கட்டிய ஆடையும் உடை வாளும் கையில் கட்டிய சிவந்த வெட்சி மாலையும் அவன் உயர்த்திய சேவலாகிய கொடியும் அவன் ஏறும் வாகனமாகிய மயிலும் வெற்றி மாலையும் நான் கண்டு தியானித்த பழக்கத்தினால், யமனுடைய ஓலையையும் அவன் விடும் தூதரையும் நான் கண்டு மனம் கலங்குவதை நீக்கி எனக்குக் காலையிலும் மாலையிலும் வந்து முன் நிற்கும்.

ஓலை - யமன் ஓலை. தூதர் - எமதூதர். "வருபவர்கள் ஓலை கொண்டு யமனுடைய தூதரென்று" என்று திருப்புகழிலும் இவ்விரண்டையும் சொல்வார். கண்டு திண்டாடுவது இனிமேல் இல்லையாகப் போகும் உறுதி பற்றி, ஒழித்து என்று இறந்த காலத்தால் கூறினார். ஓலையும் தூதரும் இனி வரப்போகின்றவையானாலும் அவற்றை எண்ணி மனம் கலங்குவது இப்போது நிகழும் நிகழ்ச்சி அதை ஒழித்து முன் நிற்கும் என்று உரை கூறுவதும் பொருந்தும்.

மருங்கு - இடை.. சேலை - ஆடை. சீரா - உடைவாள். கையென்றது முன்கை ; தோளுமாம். செச்சை - வெட்சி. பதாகை - கொடி. வாகை வெற்றிக்குரிய மாலை.]

கண்டமும் அகண்டமும்

சென்ற பாட்டில் முருகனுடைய திருவருளில் ஈடுபட்ட வர்கள் அவனுடைய திருவுருவத்தை மனத்தில் தாரணை செய்து கொண்டு, காலையும் மாலையும் தியானம் செய்தால் யமனைப் பற்றிய அச்சம் அவர்களுக்கு ஒழிந்து போகிறது என்பதைப் பார்த்தோம். சர்வாலங்கார மூர்த்தியாக இருக்கும் எம்பெருமானுடைய திருக்கோலத்தைக் கண்டு கண்டு உள்ளத்திலே அவனது திருவுருவத்தை அமைக்க வேண்டுமென்று சொல்லும்போது, அது சாஸ்திரத்துக்கு விரோதமாக இருக்குமோ என்று ஐயப்பாடு தோன்றுகிறது. வேத சாஸ்திரங்களிலும் உபநிடத நூல்களிலும், வாக்கு மனம் கடந்தவனாக ஆண்டவன் இருக்கிறான் என்றும், குணம் குறி கடந்தவன் எம்பெருமான் என்றும் சொல்லி இருக்க, தோத்திரப்பாடலோ அவன் திருவடியையும், தண்டையையும், மருங்கில் கட்டிய சேலையையும், சீராவையும், கையில் கட்டிய செச்சை மாலையையும் சொல்லிக் கொண்டிருக்கின்றது. அதற்கும் இதற்கும் சம்பந்தம் உண்டா, இல்லையா?

இறைவனுக்கு உருவம் இல்லையென்று சாதிக்கப் புகுந்தவர்கள் சிலர் முன்பும் இருந்தார்கள்; இப்போதும் இருக்கிறார்கள்.

அநுபவத்துக்கு முன்

"இறைவனைப்பற்றி ஆராய்வதிலே பயன் இல்லை. அவன் இயல்பை அநுபவத்தில்தான் தெரிந்துகொள்ள வேண்டும்" என்றால் அது நம்மால் முடியாத காரியம். ஆராயவும்

இயலாது; அநுபவமும் இல்லை என்றால், நமக்கு உய்வே இல்லையா?

ஓர் ஊருக்குப் போகிறோம். அந்த ஊரில் சாப்பாடு எங்கே கிடைக்கும் என்று கேட்டால் யாரும் சொல்வார்கள். ஆனால் சாப்பாடு எப்படி இருக்கும் என்பதை நாம் சாப்பிடாமல் அறிந்து கொள்ள முடியாது. நாமே சாப்பிட்டால்தான் அதைத் தெரிந்து கொள்ள முடியும். சாப்பிட வேண்டிய பொருளின் தரத்தைத் தெரிந்துகொள்ளாமல் சாப்பிடவும் கூடாது.

சாப்பாட்டை உண்ணாமல் தெரிந்துகொள்ள முடியாது. தெரிந்து கொள்ளாமல் உண்ணக் கூடாது என்பது நமக்குப் புரிகிறது. அதேபோல இறைவன் திருவடிகளைப் பற்றிக் கொள்ளாமல் அவனைத் தெரிந்து கொள்ள முடியாது, தெரிந்து கொள்ளாமல் அவன் திருவடியைப் பற்றவும் முடியாது. இவை இரண்டும் ஒன்றுக்கொன்று முரண்பட்டதாகத் தோன்றலாம்.

சாப்பிடப் போகிறவர்கள் என்ன செய்கிறார்கள்? எந்த இடத்தில் சாப்பாடு கிடைக்குமோ அந்த இடத்தில் சாப்பிட்டு வருகிறவர்களிடம்,"சாப்பாடு எப்படி இருக்கிறது?" என்று கேட்கிறார்கள். அவர்கள், "நன்றாக இருக்கிறது" என்றால் அவர்கள் வார்த்தையை நம்பி உள்ளே போய்ச் சுவைத்துச் சாப்பிட்டுப் பசியைத் தீர்த்துக் கொள்ளுகிறார்கள். "அவர்கள் சொல்வதை எப்படி நம்புவது?" என்று சந்தேகப்பட்டுக் கொண்டே இருந்தால் சாப்பிடவே முடியாது. சந்தேகம் உள்ளவர்கள் வீட்டில்தான் எப்படிச் சாப்பிடுவார்கள்? தாயார் சமைத்து வைத்திருக்கிற பண்டத்தில் நஞ்சு கலந்திருந்தால் என்ன செய்வது என்று யோசித்துக் கொண்டே இருந்தால் சாப்பிடாமல் இருக்க வேண்டியதுதான். எதற்கும் சந்தேகப்பட்டுக் கொண்டு, நம்பிக்கை என்பது அறவே இல்லாமல் இருப்பவர்கள் உலகில் ஒரு கணம் கூட வாழ முடி யாது. நம்பிக்கையில்தான் உலகம் இயங்குகிறது. எல்லாவற்றையும் தெளிவாக நாமே தெரிந்து கொள்ள வேண்டுமென்பது இயலாது. நமக்கு உணவுப் பண்டம்

கொடுப்பவர்கள் நல்லவர்களா, நம்முடைய நன்மையையே கருதுபவர்களா என்று முதலில் ஆராய்ச்சி பண்ணி முடிவு செய்து கொள்ளலாம். அவர்கள் நல்லவர்கள், நம்பால் அன்பு உள்ளவர்கள் என்று தெரிந்து கொண்டு விட்டால் அவர்கள் கொடுப்பதை ஐயமின்றிப் பெற்றுக்கொள்ளத் தான் வேண்டும்.

நம்பிக்கை

இறைவனைப்பற்றி நாமே தெரிந்து கொண்டுதான் அவனது அருளைப் பெற முயற்சி செய்யவேண்டும் என்பது முடியாத காரியம். அவன் அருளைப் பெற்றவர்கள் என்ன சொல்கிறார்கள் என்பதைக் கேட்டு, அதை நம்பி முயற்சி செய்ய வேண்டும். இறைவன் திருவருளைப் பெற்று இன்பத்தில் திளைத்த எத்தனையோ ஞானிகள் நம் நாட்டில் இருந்தார்கள். அவன் அருளைப் பெறாதவர்களும் தாம் பெற்ற இன்பத்தைப் பெற வேண்டுமென்ற கருணையோடு அவர்கள் தம் அநுபவத்தை எடுத்துச் சொல்லியிருக்கிறார்கள். அவர்கள் மிக நல்லவர்கள்; நம் நம்பிக்கைக்கு உரியவர்கள். அவர்களுள் ஒருவர் அருணகிரியார்.

அவர் சில சமயங்களில் தமக்கு இன்ப நலத்தை வழங்கிய எம்பெருமானுடைய திருவுருவத்தை அடிமுதல் முடியின் காறும் வருணிக்கிறார். சில இடங்களில், "அவன் இன்னவாறு இருப்பான் என்று நான் எவ்வாறு சொல்ல முடியும்? மனவாக்குச் செயலுக்கு அப்பாற்பட்டவன் ஆயிற்றே" என்கிறார். இந்த இரண்டையும் சேர்த்துப் பார்க்கும்போது நமக்கு மயக்கம் உண்டாகிறது.

உருவ வழிபாடு

விவேகானந்த சுவாமி அமெரிக்காவுக்குச் சென்று சிகாகோ நகரத்தில் பெரிய விரிவுரை நிகழ்த்தினார். அங்கே கூடியிருந்த உலகப் பேரறிஞர்கள் நுட்பமான கருத்துக்கள் புதைந்த அவர் சொற்பொழிவைக் கேட்டுப் பரவசமாகப் போனார்கள். அந் நாட்டைச் சேர்ந்த பலர் அவரிடம் அன்புகொண்டு அணுகிப்

பணிந்தார்கள். அவர்களுக்குள் ஒருவர் ஒரு நாள் விவேகானந்தரைப் பார்த்துக் கேட்டார்; "உங்கள் நாட்டில் உள்ள சமயத்தைப் பற்றிப் பேசினீர்கள். இறைவன் எல்லை கடந்தவன், மனவாக்குச் செயலாலே உணர்வதற்கு அரியவன் என்று சொன்னீர்கள். அத்தனையும் மிகவும் பொருத்தமாகத் தோன்றுகின்றனவென்றும் அங்கே கடவுளின் திருவுருவங்களுக்குப் பூசை முதலியன நடந்து வருகின்றன வென்றும் சொன்னீர்களே, அதுதான் விளங்கவில்லை. எல்லைக்குள் அடங்காமல் இருக்கிற கடவுளுக்கு, அருவமாகிய பரம்பொருளுக்கு, உருவம் அமைத்து வழிபடுவது எதற்காக?" என்று கேட்டாராம்.

விவேகானந்தர் அதற்கு உடனே விடை சொல்லவில்லை. அவர் வீட்டிலே ஒரு படம் இருந்தது. "இது யார்?" என்று சுவாமிகள் கேட்டார். "என் தந்தையார்" என்று கூறினார் அவர். "வெறும் சட்டமும், கண்ணாடியும், அட்டையும் ஓவியமுமாக இருக்கின்ற இது உன் தந்தையா?" என்று கேட்டார். "இல்லை. இது என் தந்தை அல்ல. ஆனால் தந்தையை நினைக்கச் செய்கிற அடையாளம்" என்றார்.

"இதைப் போலத்தான் எங்கள் நாட்டுக் கோயில்களில் இருக்கிற விக்கிரகங்கள் இறைவனை நினைப்பூட்டும் அடை யாளமாகத் திகழ்கின்றன" எனச் சொன்னாராம். அப்புறந்தான் அந்தக் கேள்வியைக் கேட்டவருக்கு உண்மை விளங்கிற்றாம்.

இணைப்புப் பாலம்

நாம் இன்னும் அக்கரைக்குப் போகவில்லை. சேற்றுக் குள்ளேயே நின்றுகொண்டிருக்கிறோம். பிரபஞ்சம் என்னும் சேற்றுக்குள் இருக்கின்ற நமக்கும், பிரபஞ்சச் சேற்றைக் கடந்து நிற்கிற ஆண்டவனுக்கும் ஓர் இணைப்புப் பாலம் இருந்தால் நாம் அவனைத் தெரிந்துகொள்ள முடியும். பாலம் அங்கேயிருந்து வராது; இங்கிருந்து போட வேண்டும். இங்கிருந்து அங்கே போன ஒருவர் திரும்பவும் அங்கிருந்து இங்கே வந்து, பாலம் கட்டி நம்மை அங்கே அழைத்துப் போக

வேண்டும். ஆண்டவனது திருவருள் இன்பத்தைத் தாம் பெற்று, அந்த இன்ப நுகர்ச்சியின் மிகுதியாலே, நாமும் உய்வு பெறுவதற்கு ஏற்றபடி அவர் பாலம் போட வேண்டும்.

அப்படிப்போட்டால்தான் நமக்கும் இறைவனுக்கும் தொடர்பு உண்டாகும். அத்தகையவர்களே குருமூர்த்திகள். அருணகிரிநாதர் அந்தக் குருமூர்த்திகளுள் ஒருவர். அகண்டமாய் இருக்கிற பொருளை நமக்குக் கண்டமாகக் காட்டுகிறார். அகண்டம் என்பது எல்லை இல்லாத ஒன்று. கண்டம் என்பது எல்லையை உடையது."எல்லை இல்லாத அகண்டமாய் இருக்கும் ஒன்றை, எல்லைகளை உடைய கண்டமாக எப்படிக் காட்ட முடியும்?" என யாராவது கேள்வி கேட்கலாம்.

சோலையின் ஓவியம்

ஒரு மைல் நீளம், ஒரு மைல் அகலம் உடைய ஒரு பூஞ் சோலை. அங்கே அழகான வண்ணப்பூக்களைக் கொண்ட செடிகள் உள்ளன. கண்ணுக்கும் கருத்துக்கும் இனிய விருந்தாக இருக்கும் அந்தச் சோலையைப் பலரும் கண்டு மகிழ்ச்சி அடைய வேண்டுமென்று ஒரு பத்திரிகையின் ஆசிரியர் நினைத்தார். செல்வம் உடையவர்கள் பல பல இடங்களில் இருந்து ஆண்டுதோறும் வந்து பார்த்துப் போனார்கள். ஆனால் ஏழைகள், வரமுடியாதவர் கள் வெளியூர்களிலிருந்து வர முடியவில்லை. படங்களின் மூலமாவது அவர்கள் கண்டு களிக்கட்டும் என்று நினைத்து ஓர் ஓவியனையும், படம் பிடிக்கிறவனையும் பத்திரிகைக் காரியாலயத்திலிருந்து அனுப்பி வைத்தார்.

இருவரும் பூஞ்சோலைக்குச் சென்றார்கள். ஓவியன் பூஞ் சோலையின் அழகைக் கண்டு கண்டு பருகினான். அந்தச் சோலையின் உருவத்தைப் பல வகையான வண்ணங்களைக் குழைத்துத் தீட்டினான். படம் எடுப்பவன் கருவியைக் கொண்டு படம் பிடித்தான். இரண்டு பேரும் தங்கள் படங்களைக் கொண்டுவந்து பத்திரிகையின் ஆசிரியரிடம்

கொடுத்தார்கள். அதைப் பார்த்துவிட்டு, "என்ன இது? நீங்கள் ஒரு மைல் நீளமும், ஒரு மைல் அகலமும் உள்ள பூஞ்சோலையை இவ்வளவு சிறிய படத்திலே கொடுத்து விட்டீர்களே?" என்றா அவர் கேட்பார்? கண்ணுக்கு ஒரே சமயத்தில் அகப்படாமல் விரிந்து கிடக்கின்ற சோலையை அவர்கள் கண்ணுக்குள் அடங்கும் சோலையாகக் கொடுத்தார்கள். அது சோலையின் உருவம் அல்ல என்று சொல்ல முடியாது. ஆனால் சோலை முழுவதும் இல்லை. அதன் ஒரு பகுதியைத்தான் ஓவியமாகவும் படமாகவும் கொடுத்தார்கள். அந்த உருவத்தைப் பார்க்கும்போது எல்லையற்றுப் பரந்து கிடக்கின்ற சோலையை நேரில் பார்த்தவர்கள், அந்தச் சோலையின் உருவத்தை நினைவுக்குக் கொண்டு வருவார்கள் அல்லவா?

சிறைப்பட்டவன் காணும் காட்சி

ஒரு சிறைக்கு நடுவில் அறை ஒன்று இருக்கிறது. அதற்குள் ஒருவன் இருந்தான். சிறைக்குச் சன்னல்கள் இருந்தாலும் அவை எல்லாம் மூடப்பட்டுக் கிடந்தன. பல நாள் அவன் அச் சிற்றறைக்குள் அடைபட்டுக் கிடந்தான். அவனுக்கு வெளி உலகம் எப்படி இருக்கிறது என்றே தெரியவில்லை. எல்லையற்றுப் பரந்து கிடக்கின்ற உலகம் அவனைப் பொறுத்தவரையில் அந்தச் சிறையின் நான்கு சுவர்களுக்குள்ளேயே அடங்கிக் கிடந்தது. ஒரு நாள் சிறைக் காவலாளி சன்னல் கதவைத் திறந்தான். அறைக்குள் நின்றபடியே அந்தச் சன்னல் வழியாக ஊடுருவிப் பார்த்தான் சிறைப்பட்டிருந்தவன். கண் பார்வை செல்லக்கூடிய மட்டும் பார்த்தான். ஆனால் அவனால் நெடுந்தூரம் பார்க்க முடியவில்லை. சிறிய அறையில் அடைபட்டிருந்தவன் அல்லவா? இருந்தாலும், 'அடடா! எவ்வளவு அழகாக இருக்கிறது! மரங்கள் தெரிகின்றனவே! நீல வானம் தெரிகின்றதே!" என்று வியப்படைந்தான். அகண்டமாக இருக்கும் பொருளை அவன் கண்டமாகக் கண்டு ஆனந்தப்பட்டான். இது வரையிலும் சிற்றறைக்குள் அடைப்

பட்டுக் கிடந்த உலகம் இப்பொழுது சன்னலின் அளவுக்கு அவனுக்கு விரிந்தது.

சில நாட்களுக்குப் பின் அவனை அறையை விட்டுத் திறந்துவிட்டார்கள். ஆனால் சிறையை விட்டுப் போகவில்லை. அவன் இப்போது சன்னலுக்கு அருகில் நெருங்கி நின்று கொண்டு பார்த்தான். இப்பொழுது, பரந்து விரிந்து கிடக்கின்ற உலகத்திற்கும் அவனுக்கும் நடுவில் எல்லைக் கோடாக இருந்தது சிறைக்கூடத்தின் சுவர். சன்னல் கம்பியைப் பிடித்துக் கொண்டு பார்க்கின்ற அவனுக்கு உலகம் முழுவதும் தெரிந்ததா? எல்லாப் பட்சிகளும் கண்ணில் பட்டனவா? மரங்கள் அத்தனையும் கண்டு விட்டானா? இல்லை. சில மரங்களைக் கண்டான். சில பட்சிகளைக் கண்டான். பார்த்த பொருள்கள் எல்லாம் ஓரளவிலே அடங்கியவை.

விடுதலைக்குப் பின்

அவன் விடுதலை அடைந்து வெளியே வந்தான். எல்லை யற்றுப் பரந்து கிடந்தது உலகம். நெடுந்தூரம் வரையில் பார்த்தான். பூமியை வான் தொடுவதுபோலத் தோன்றிய தூரம் வரையில் பார்த்தான். தான் முன்பு சன்னல் வழியாகக் கண்ட பொருள்கள் எல்லாம் தோன்றின. அவற்றுக்கு மேற்பட்ட பொருள்களும் தோன்றின. அங்கே சிறைக்கூடத்துச் சன்னல் அளவுக்குப் பார்வை விரிந்தது. இங்கே அவன் பார்வையை தடுக்கின்ற தடைகள் எதுவும் இல்லை. இருந்தாலும் அவன் கண் ஒரு குறிப்பிட்ட எல்லைக்குள் அடங்கிய பார்வையை உடையது. ஆதலாலே தொடுவானம் வரையில் தெரிந்தது. உண்மையில் தொடுவானம் என்று ஒன்று இருக்கிறதா? முட்டை வடிவம் போல உலகம் இருப்பதனால் அப்படித் தோன்றுகிறது என்று பூகோளகக்காரரர் கள் சொல்வார்கள். இவன் அந்தத் தொடுவானம் வரையிலும் போய்ப் பார்த்து விடுவது என்று போய்க் கொண்டே இருந்தானானால் இவனால் அந்த இடத்திற்குப் போகத்தான் முடியுமா? உண்மையில் நம் கண் பார்வைக்கு வானமும் பூமியும்

முட்டுவது போல இருக்கிறது. காரணம் கண்ணின் பார்வை எல்லைக்குட் பட்டது. அந்த எல்லைக்கோடு வரையிலும் ஒருவன் படமாக எழுதிக் கொள்ளலாம். அந்தப் படம் எல்லை இல்லாத அகண்ட உருவத்தைக் கண்டமாகக் காட்டும். இதைப் போலவேதான் இறைவன் அகண்டமாக இருந்தாலும், ஒரு குறிப்பிட்ட எல்லைக் குள் அடங்கிய வாழ்க்கைகையப் பெற்ற மனிதர்கள் அவனைக் கண்டமாகக் காண்கிறார்கள். அவரவர்களுடைய ஆற்றலுக்கு ஏற்றபடி அந்தக் கண்டம் அமைகிறது.

அனுபவத்தைப் பெறாத மக்களுக்கு எப்படித் தோற்றுகிறான்? சிறைக்குள்ளே சிற்றறையில் அடைபட்டுக் கிடந்த குற்றவாளிக்கு உலகத்தைப் பற்றி ஒன்றும் தெரியவில்லை. சிறைக்காவலன் சன்னலைத் திறந்து விட்டபோது, சன்னல் அளவுக்கு உலகம் அவனுக்குத் தெரிந்தது. அதைப் போலவே பெரியவர்களுடைய உபதேசமாகிய சன்னல் கிடைத்தால் அதன் வழியே பார்க்கும் போது இறைவனைப் பற்றி ஓர் அளவுக்குத் தெரிந்து கொள்ளலாம். அகண்டமாக இருக்கின்ற உலகத்தின் ஒரு பகுதியே உள்ளேயும் இருக்கிறது என்பதை அவன் உணருகிறான். ஆனால் அவனுக்குப் புறம்பேயுள்ள அந்த அகண்டவெளி முழு வதையும் அவன் காணவில்லை. நல்லவனுடைய துணையினால் அவன் அறையை விட்டு வெளியே வரும்போது பரந்த வெளியைக் கண் பார்வை விரிகின்ற அளவு பார்க்கிறான். அவன் பார்வை அப்போதும் ஓர் எல்லைக்குள் அடங்கித்தான் இருக்கிறது.

எல்லை என்பது என்ன? தனக்கு அப்பாலும் ஒன்று இருக்கிறது என உணர்த்துவது எல்லை. சிறைக்குள் இருப்பவனுக்குச் சுவர் எல்லையாக இருந்தது. சுவருக்கு அப்பாலே திறந்தவெளி பரந்து கிடக்கிறது என்பதை உணர்ந்தான். சுவருக்கு உள்ளேயும் அந்த வெளியின் கண்டம் இருக்கிறது என்பதை உணர்ந்தான். சிறைக்கு வெளியே வந்தபோது தன் கண் பார்வையின் எல்லை யளவும் வெளியும் காட்சிகளும் தெரிந்தன. அதற்கு அப்பாலும் அகண்டவெளிப் பரப்பு இருக்கிறது என்பதையும் உணர்ந்தான். கண்டதற்கு ஓர்

எல்லை இருந்ததைக் காணும்போது காணாத தாகிய எல்லை கடந்த ஒன்று இருப்பதை உணர்ந்தான்.

கண்டமும் அகண்டமும்

இப்படியே, நல்லவர்களுடைய உபதேசத்தால் நாம் அகண்டமாக இருக்கின்ற இறைவனின் உருவத்தைக் கண்டமாகக் காண்கிறோம். மேலும் மேலும் நமது பார்வைக்குத் தடையாக இருக்கிற பொருள்கள் விலகும்போது நம் பார்வை விரிந்து கொண்டே போகும். அப்பொழுதும் நம் கண் பார்வையின் எல்லைக்குள் அகப்பட்டே அகண்டத்தின் பகுதியைக் கண்டமாகக் காண்போம். ஆனால் முன்பு காணாதன எல்லாம் கண்டோம் என் வியக்கும் நிலை உண்டாகும்.

கோயிலில் காணும் காட்சி

ஒருவன் கோயிலுக்குப் போகிறான். அங்கே உள்ள விக்கிரகத்தைப் பார்த்துவிட்டு மற்றவர்களைப் போலக் கன்னத்தில் போட்டுக்கொண்டு வருகிறான். அவன் கண்ணில் கோயிலில் உள்ள கூட்டம், விளக்குகள், சுவாமியின் உருவம் ஆகியவை படுகின்றன. வேறு ஒருவன் கோயிலுக்குப் போகிறான். அவன் கண்ணில் கோயிலில் நின்றவர்கள் யார் யார் என்பது படவில்லை. ஆண்டவனது விக்கிரகத்தைத் தரிசித்து, வைத்த கண் வாங்காமல் மெய் சிலிர்க்கப் பார்க்கிறான். வெளியே வரும்போது, "ஆண்டவன் முகம் கொஞ்சுவது போல இருக்கிறது" என்கிறான். முதலில் கோயிலுக்குப் போய் வந்தவன், "குழந்தையா கொஞ்சு வதற்கு? கல் கொஞ்சுமா? பைத்தியக்காரன்!" என்று இவனைப் பார்த்துச் சொல்கிறான்.

திருச்செங்கோட்டு முருகனை அந்தக் காலத்திலிருந்து இந்தக் காலம் வரையில் எத்தனையோ பேர்கள் பார்த்துக் கொண்டே வருகிறார்கள். ஆனால் செங்கோட்டு வேலவனைப் பார்த்து விட்டு அருணகிரியார் சொல்வதைக் கேளுங்கள்.

"செங்கோட னைச்சென்று கண்டுதொழ
நாலா யிரங்கண் படைத்திலனே
அந்த நான்முகனே!"

என்கிறார். அதே மலை, அதே கடவுள் இன்றைக்கும் இருக் ன்றன. ஆனால் அவரைப் போல நம் மனம் உருகவில்லையே! அவ்வுருவத்திற்குள் இறைவனது இருப்பைக் கண்டால் அல்லவா நம் மனம் உருகும்? கனிந்து கனிந்து இளகும்!

"மலர்மிசை ஏகினான் மாணடி சேர்ந்தார்
நிலமிசை நீடுவாழ் வார்"

என்கிறார் வள்ளுவர். இதற்குப் பரிமேலழகர் உரை எழுதப் புகுந்தபோது, 'அன்பால் நினைவாரது உள்ளக் கமலத்தின் கண் அவர் நினைந்த வடிவோடு விரைந்து சேறலின் ஏகினான் என இறந்த காலத்தால் கூறினார்' என்று குறிப்பிட்டு, 'சேர்தல் என்பது இடைவிடாது நினைத்தல்' என்கிறார். நினைப்பதாவது மனத்தை இறைவனது திருவடியிலே நெருங்கி நிற்கச் செய்து தியானித்தல்.

நாம் ஆண்டவனுக்கு எத்தனை பக்கத்தில் போய் நின்றாலும், மனம் நெருங்கி நிற்காமல் இருக்கிறோம். ஒரே வீட்டில் அடுத்த அறையில் குடியிருக்கிறவன் யார் என்று நமக்குத் தெரியாதே! மனைவியும் கணவனும் ஒரே வீட்டில் இருப்பார்கள். ஆனால் இவர்கள் இரண்டு பேருடைய மனமும் நெருங்கியிருப்பதில்லை. நெருங்குவது போலச் சென்று, திரும்பவும் பிரிந்து விடுகிறோம். சிறைக்கூடத்தின் நடுவில் இருந்தவன் சன்னலுக்கு அருகில் நெருங்கிச் சென்று பார்த்தபோது எப்படி முன்னே தெரியாத பொருள்களை அதிகமாகப் பார்த்தானோ, அப்படியே இறைவனது உருவத்தை உள்ளத்தால் நெருங்கிப் பார்ப்பவர்களுக்கு முன்பு தெரிந்ததைவிட அதிகமாக அவனது அகண்டவுருவத்தின் பல கண்டங்கள் தெரிகின்றன. மற்றவர்கள் கண்ணுக்குத் தெரியாத பல புது உண்மைகள் விளங்குகின்றன. அறையை விட்டு வெளி வந்தவனுக்கு அகண்டமான உலகம் எப்படி அவன்

கண்ணின் எல்லைக்கு எட்டிய வரையில் தெரிந்ததோ அதேபோலப் பிரபஞ்சச் சேற்றைவிட்டு வெளிவந்தவனுக்கு இறைவனது அகண்டமான உருவம் அவன் அகக்கண் எட்டிய மட்டும் தெரிகிறது.

அகண்டமாக இருக்கிற பொருளைப் பார்த்தேன் என்று சொன்னால் என்ன பொருள்? அகண்டமாய் இருக்கிற பொருள் முழுவதையும் பார்க்கவில்லை. அவன் எதைப் பார்த்தானோ, எது அகண்ட சொரூபத்தை அவனுக்கு நினைப்பூட்டுகிறதோ அது, அகண்ட சொரூத்தின் ஒரு பகுதி என்று நாம் தெரிந்துகொள்ள வேண்டும். சிறைக்குள்ளேயே இருந்து பார்த்த பொருளுக்கும், சிறைச் சன்னல் அருகில் நெருங்கிப் பார்த்த பொருளுக்கும், சிறையை விட்டே வெளியே வந்து பார்த்த பொருளுக்கும் சம்பந்தம் உண்டு என்பது கைதிக்குத் தெரியும். அவை யாவும் ஒன்றுதான் எனவும் உணர்கிறான். கடலைக் கண்டேன் என்றால் கடல் முழுவதையும் கண்டு விட்டானா? கடற்கரையில் நின்று சமுத்திரத்தைப் பார்த்தான். தொலைநோக்கிக் கண்ணாடியை வைத்துக் கொண்டும் பார்த்தான். ஆனால் அந்த எல்லைக்கும் அப்பாலேயும் கடல் இருக்கிறது என உணர்ந்தான். நீலக் கடலையும், தன் வெள்ளலைக் கைகளைக் கொட்டி முழக்கிக் கொண்டு வரும் அலைகளையும் கண்டு விட்டேன் என கத்துகிறான். அகண்டமான ஒன்றை அவன் எப்படிக் கண்டான்? கண்டமாகக் கண்டான்.

எல்லைக்குள் அகப்படாத அகண்டமாய் இருக்கிற ஆண்ட வனைக் கோயிலுக்குள் இருக்கும் விக்கிரகத்திற்குள் பக்தர்கள் கண்டார்கள். நெருங்கி நெருங்கிப் பார்க்கும்போது முதலில் வெறும் கையும் காலுமாகத் தோற்றிய ஒன்று ஒளிவிஞ்சும் திருவுருவமாகத் தோற்றியது. பார்த்துப் பார்த்துப் பரவசத்தில் கண்ணீர் சொரிய நின்றார்கள்.

எண்ணும் அநுபவமும்

தபால்காரன் ஒரு கடிதம் கொண்டு வந்து கொடுத்தான். அதை வாங்கிப் பார்த்த என் பெண் அந்தக் கார்டில் இருந்த 4,800-80 என்ற எண்களைப் படித்தாள். அவள் கையில் இருந்து அதை வாங்கிய என் பையன், 'அது வெறும் 4,800-80 அல்ல; 4,800 ரூபாய் எண்பது பைசா" என்றான். என் பெண்ணுக்கு வெறும் எண்களே தெரியும்; ரூபாய் பைசாக் கணக்குத் தெரியாது. என் பையன் அக்கார்டை என்னிடம் கொண்டு வந்து கொடுத்தான். அதைப் பார்த்தபோது முதலில் எனக்கும் 4,800-80 என்ற எண் தெரிந்தது. பின்னர் அது 4,800 ரூபாய் 80 பைசா என்றும் தெரிந்தது.உடனே எனக்கு ஒதுவித இன்பம் உண்டாயிற்று. ஏன் தெரியுமா? என்னுடைய உழைப்பினால் வரும் பணத்தை நான் பாங்கியில் போட்டு வந்தேன். என் கணக்கில் இன்றையத் தேதியில் நாலாயிரத்து எண்ணூறு ரூபாய், எண்பது பைசா இருக்கிறது என்கிற எண்ணந்தான். அதன் பின் எண்ணம் விரிந்தது. ஒரு கார் வாங்க வேண்டுமென்று நினைத்தேன். அதற்குப் போதுமான பணம் இதோ இருக்கிறது என நினைத்தபோது பெண்ணுக்கு வெறும் எண்ணாகத் தோன்றி ஒன்று, பையனுக்கும் வெறும் ரூபா பைசாவாகத் தோன்றிய ஒன்று, எனக்கு எண்ணாகவும் தோன்றியது; ரூபா பைசா ஆகவும் தோன்றியத; என்னுடைய பணமாகவும் தோன்றியது; அதுவே என் இன்பத்திற்குப் பயன்படும் பொருளாகவும் தோன்றி எனக்கு மிக்க இன்பத்தை அளித்தது. ஆக நான்கு நிலைகள் இதில் வந்துவிட்டன. ஒன்றுக்கொன்று முரண்பட்டது அல்ல; ஒன்றிலிருந்து ஒன்று வளர்ந்து நின்ற நிலை.

அநுபவ வளர்ச்சி

ஒருவன் கோயிலுக்குப் போக ஆரம்பித்தான். முதலில் கோயிலில் இருந்த சாதாரணக் கல் விக்கிரமாகத் தோற்றியது. பின்னர் அதுவே அவனுக்குக் கொஞ்சம் முகமாகத் தோற்றியது. பின்னர் மனம் நெருங்க நெருங்க ஆண்டவனது கொஞ்சும் முகம் ஒளி விஞ்சும் முகமாகத் தோற்றியது.

கடைசியில் இது யாருக்கோ பயன்படப் போவது அன்று, நமக்கே பயன்படக் கூடியது என் எண்ணி இன்பச் சிலிர்ப்பு எய்தினான். "நாலாயிரத்து எண்ணூறு ரூபாய், எண்பது பைசா இது; இது என்னுடைய பணம்; எனக்குக் கார் வாங்கப் பயன்படப் போகிறது" என எண்ணுகிறவனுடைய நினைப்பு எப்படி வெறும் எண்ணிலிருந்து தோன்றுகிறதோ, அவ்வாறே முதலில் இறைவன் விக்கிரகத்தில் காணும் முகம் பின்பு தன் வாழ்க்கைக்குப் பயன்தரக்கூடிய இன்ப நலங்களைப் பெற்று உய்யும்படி அருளும் ஒளிவிஞ்சும் முகமாகத் தோன்றி அவனுடன் கொஞ்சுகிறது.

வேல் விளங்கும் கை

எல்லோருக்கும் இல்லாத அடையாளம் முருகப் பெருமானிடம் ஒன்று இருக்கிறது. அவன் வெற்றிவேல் பெருமாள்.

எம்பெருமானின் திருக்கையில் வேல் இருப்பதால் அவன் பெருமை உயரவில்லை. அவனால் வேல் பெருமை அடைகிறது. எம்பெருமான் கையில் இல்லாமல் வேறு ஒருவருடைய கையில் அது இருந்தால் அதற்கு அவ்வளவு பெருமை உண்டா?

தனக்கு அடையாளமாக அவன் கையிலே வேலைத் தாங்கிக் கொண்டு நிற்கிறான். வேல் அவனுக்கு அடையாளம் மாத்திரம் அல்ல. அகண்டமாக இருக்கிற புறவெளியைக் காணச் செய்வதற்கு வேண்டிய ஞானத்தின் அடையாளமாக அதை அவன் வைத்திருக்கிறான்.

வேலே விளங்கு கையான்.

மாணவர்களுக்கு மயக்கம் இல்லாமல் விஷயத்தைப் போதிக்கின்ற நல்ல ஆசிரியர் அருணகிரியார். ஆகையால் எடுத்த எடுப்பிலேயே, "அகண்டமாக இருக்கும் ஒன்றை, வாக்கு, மனம், செயல் இவற்றுக்கு அப்பாற்பட்ட இறைவனை நான் எப்படி அப்பா உனக்குச் சொல்ல

முடியும்?" என்று சொல்லிப் பக்தர்களைப் பயமுறுத்தாமல், 'இறைவனது அருளைப் பெற்று இன்பத்தைச் சுவைக்கத் தானே விரும்புகிறாய்? இங்கே வா அப்பா" எனத் தம் அருகில் அழைத்து வைத்துக் கொண்டு, அகண்டமாக இருக்கிற வெளியையும், கண்டமாக இருக்கிற ஒளியையும் சம்பந்தப்படுத்திப் பாலம் போட்டு, மயக்கம் நீங்க அழைத்துப் போகிறார்.

வேலே விளங்குகை யான்செய்ய
தாளினில் வீழ்ந்திறைஞ்சி
மாலே கௌவிங்ஙன் காண்பதல்
லால்மன வாக்குச்செய
லாலே அடைதற் கரிதாய்
அருவுரு வாகிஒன்று
போலே இருக்கும் பொருளைஎவ்
வாறு புகல்வதுவே?

"அகண்ட சொரூபமாய் இருக்கிற பொருளை எவ்வாறு சொல்வது? மனவாக்குச் செயலாலே அடைவதற்கு அரியவன். உருவாகி ஒன்று போலே இருக்கும் பொருள் அல்லவா அவன்? அவனை எவ்வாறு புகல்வது?" என்பதை முதலில் சொல்லவில்லை. பயந்து போய்விடப் போகிறார்களே என்பது போல அதைப் பின்னாலே சொல்லி, அந்த அகண்ட உருவத்தைக் கண்டமாகப் படம் பிடித்து முன்னால் நிறுத்துகிறார்.

வேலே விளங்கு கையான்.

ஆண்டவன் திருக்கரத்தில் இருப்பதனாலே அந்த வேல் விளக்கம் பெற்று இருக்கிறது. யாருடைய கையில் சேர்ந்தால் எல்லாப் பொருளும் விளக்கம் பெறுமோ, அந்தத் திருக்கரத்தில் அது இருப்பதனாலே அது விளங்குகிறது.

வேலே விளங்குகை யான்செய்ய
தாளினில் வீழ்ந்தி றைஞ்சி.

ஆண்டவன் திருக்கோயிலுக்குப் போனால் அவன் கையிலே விளங்குகின்ற வேலைப் பாருங்கள். அஞ்ஞான இருளைப் போக்கி, ஞான ஒளியை அளிக்கின்ற வேல் அது. நம் கையில் அதை வாங்கிக் கொள்வதை விட அது அவன் கையிலேயே இருந்தால் தான் நமக்குப் பயன்படும். அவன் அருளைப் பெறுவதற்கு என்ன செய்ய வேண்டும் தெரியுமா?

வீழ்ந்து இறைஞ்சுதல்

செய்ய தாளினில் வீழ்ந்து இறைஞ்சி.

பக்தர்கள் பற்றிக் கொள்வதற்காகச் செக்கச் செவேல் என்று இருக்கும் தன் இரண்டு பாதங்களையும் சேர்த்து வைத்துக் கொண்டு நிற்கிறான் அவன். அவை செந்தாமரை போன்ற திருவடிகள்; செய்ய தாள். செய்ய என்பது செம்மையான என்று பொருள்படும். எம்பெருமான் திருவடி நிறைவு பெற்றது; நேர்மையானது; குணம் நிறைந்தது; எல்லாவிதமான தன்மைகளும் நிரம்பியது. நடக்க நடக்கப் பின்னும் சிவக்கின்ற திருவடி அல்லவா அது? அன்பர்களுக்கு அருள் செய்ய நின்ற இடத்தில் நிற்காமல் ஓடுகிறான். தன்னை நினைக்கின்ற ஒவ்வொரு வருடைய வன்மனக் கருங்கற் பாறையிலும் நடமாடி அவன் கால் சிவந்து நிற்கிறது. அதனால் செய்ய தாள் உடையவனாக இருக்கிறான். அந்தத் தாளைப் பார்?

பின் என்ன செய்ய வேண்டும் தெரியுமா?

***"கோளில் பொறியில் குணமிலவே எண்குணத்தான்
தாளை வணங்காத் தலை"***

என்கிறார் வள்ளுவர். இறைவனைப் பார்த்து அவன் தாளைத் தலையால் வணங்க வேண்டும். தாளினில் தலை வீழ்ந்து வணங்க வேண்டுமானால் அடியற்ற மரம் போலக் கீழே விழுந்து வணங்க வேண்டும். என்றைக்கோ ஒரு நாள் இந்த உடம்பைக் காலன் நிச்சயமாக வந்து வெட்டிச் சாய்க்கப் போகிறான். அதற்குள் நாமே இறைவனது திருவடியை ஒட்டிச்

சாய்ந்து விட்டால் காலனுக்கு வேலை இல்லை. காப்பு அற்றவர்களைக் காலன் விட்டு வைப்பானா? "இன்னும் எனக்குக் கல்யாணம் ஆகவில்லை. கல்யாணமான பின்பு என்னை வெட்டித் தள்ளேன்" என்று சொன்னால் விடுவானா? "எனக்குக் குழந்தை இல்லையே! ஒரு குழந்தை பிறந்த பிறகு என்னை வெட்டக் கூடாதா?" என்று கெஞ்சினால் விடுவானா? மாட்டான். ஆகவே, "எம்பெருமானே! எல்லாம் என் செயலால் நடக்கிறது என்று எண்ணி இறுமாந் திருந்தேன். எனக்கு ஒருவிதமான செயலும் இல்லை" எனச் செயலற்ற மரமாக அவன் திருவடிகளை ஒட்டிச் சாய்ந்து விழுந்து விட்டால், காலன் வெட்டிச் சாய்க்க வரமாட்டான்.

தலையாகிய உறுப்பைப் பெற்றிருப்பதன் பயன் எண் குணங்கள் நிரம்பிய இறைவனது திருவடியில் வணங்குவது ஆகும். இல்லாவிடின் ஒரு பயனும் இல்லாதது அத்தலை என்கிறார் வள்ளுவர். இறைவன் நமக்குக் கை கொடுத்த பயனாகக் கையால் கும்பிட்டு வணங்குகிறோம். தலை கொடுத்த பயனாகத் தலையால் வணங்குகிறோம். உடம்பையும் உறுப்புக்களையும் பெற்றிருப்பதன் பயன் சாஷ்டாங்கமாகத் தரையில் வீழ்ந்து வணங்குவதாகும்.

சாஷ்டாங்க நமஸ்காரம் என்பதற்குப் பொருள் என்ன? அஷ்ட அங்கம் என்றால் எட்டு உறுப்புக்கள். எட்டு உறுப்புக்கள் தரையில் படும்படியாக வணங்குவது சாஷ்டாங்க நமஸ்காரம். இரண்டு கை, இரண்டு முழங்கால், இருதோள், மார்பு, நெற்றி ஆகிய எட்டு உறுப்புக்களும் படிய வணங்க வேண்டும்.

இறைஞ்சுவதால் பயன்

"அப்படி வணங்குவதால் பயன் என்ன?" என்று சிலர் கேட்கலாம். பெரியவர்களை வணங்கும் போது உள்ளத்தே பணிவு ஏற்படுவது ஒரு பயன். அதோடு உடம்பும் வணங்குகிறது. அந்தக் காலத்தில் கல்யாணம் நடந்தால் பெண்ணைப் பார்க்கப் பலர் வருவார்கள். பெண்ணைவிட வயசான ஒருவர் வந்தால், பெண்ணை அழைத்து, அவரை

வணங்கச் சொல்வார்கள். அதேபோல் பெண்ணை விடச் சின்னவர்கள் வந்தால் வந்தவர்கள் பெண்ணை வணங்குவார்கள். இதனால் ஒருவருக்கொருவர் அறிமுகம் ஆவார். இது இரண்டாவது பயன். மூன்றாவது பயன். உடம்புக்கு வலிமை உண்டாவது. தண்டால் எடுப்பதில் பாதிப் பலனாவது நமஸ்காரத்தில் உண்டாகாதா?

நம்மிடமுள்ள அகங்காரம், மமகாரம் ஆகிய இரண்டும் அடியோடு எப்போது போகின்றனவோ அப்போது இறைவன் திருவருளுக்குப் பாத்திரம் ஆவோம். அகங்காரம், மமகாரம் ஆகிய இரண்டையும் அழிக்க உதவுவது நமஸ்காரம். எம்பெருமானுடைய செய்ய தாளினில் அடியற்ற மரம்போல வீழ்ந்து இறைஞ்சினால் சரீர அபிமானம் போய் விடுகிறது. இந்தக் காலத்தில் முதலில் சட்டை அபிமானம் போகும். சட்டையைக் கழற்றி விட்டுப் போய் விழும்போது சரீர அபிமானம் போகும்.

பணிவு, அறிமுகம், உடல் பயிற்சி, உடம்பின் மீது கொண்ட பற்றுப் போதல் ஆகிய இவ்வளவும் நமஸ்காரம் செய்வதன் மூலம் வருகின்றன.

வாழ்வில் துன்பம் வருகின்ற சமயங்களில் நாம் நிமிர்ந்து வாழவேண்டுமானால் இறைவனுடைய சந்நிதானத்தில் வணங்கி வாழவேண்டும். நிமிர்ந்துள்ள வில் வளைந்தால் தான் அம்பு செல்லுகிறது. வில்லை வளைக்கும் கயிற்றுக்கு நாண் என்று பெயர். நாணினால் வில் வளைகிறது. அதைப் போலவே நாமும் இறைவனுடைய சந்நிதானத்தில், "ஆண்டவனே, எனக்கு எல்லாம் தெரியும் என்று இறுமாந்து நிமிர்ந்து நின்றேனே! எனக்கு ஒன்றும் தெரியாது. எனக்கு எந்தவிதமான சக்தியும், செயலும் இல்லை" என எண்ணி நாணினால் உடல் வளையும். இறைவனுக்கு முன்னே நாணி வளையும் போது மற்றவர்களுக்கு முன்னே நிமிர்ந்து செல்லும் நிலை உண்டாகும். இறைவனுக்கு முன்னே நாமே நம் நிலையை உணர்ந்து நாணி வணங்கிவிட்டால்,

உலகத்தோரின் பழிக்கு அஞ்சி நாணித் தலை குனிய வேண்டி வராது.

நம் நாட்டுப் பெரியோர்கள் ஆண்டவன் திருவடிகளிலே வீழ்ந்து வீழ்ந்து, நைந்து நைந்து, இறைஞ்சி வாழ்ந்தார்கள். அருணகிரியார் அதை முதலில் சொல்கிறார்.

வேலே விளங்குகை யான் செய்ய
தாளினில் வீழ்ந்திறைஞ்சி.

இறைவனுடைய செய்ய தாளினில் வீழ்ந்து இறைஞ்சி, அகங்காரம், மமகாரம் போய்க் குழைந்து நின்றால் என்ன ஆகும்?

மால் கொள்ளுதல்

மாலே கொள,

மால் என்பது காதல்; மயக்கம்; இன்னது என்று தெரியாத நிலை என்று கொள்ளலாம். மிகுதியாகத் துன்பம் வரும் போதும், இன்பம் வரும்போதும் ஒன்றும் தெரியாததோர் நிலை வரும். அதையே மயக்கம் என்னலாம். அதைப் போன்ற ஒரு நிலை இறைவன் பாதத்திலே வீழ்ந்து இறைஞ்சி, குழைந்து நிற்கும் போது வரும். இதுவரையிலும் ஆண்டவனது வேல், கை, கால் என்று பார்த்து வந்த நிலை போய், கொஞ்சும் முகம் மாறி, ஒளி விஞ்சும் முகமாகத் தோன்ற, அதைப் பார்த்து அப்படியே பிரமித்து, வியப்பு எய்தித் தன்னை மறந்து நிற்கும் நிலை உண்டாகும்.

இங்ஙன் காண்பதல்லால்.

இவ்வாறு காண்பதல்லாமல்..... மேலே என்ன சொல்லப் போகிறார்?

சொல்ல அரியது

'இதற்குமேல் நான் அவனை எப்படி அப்பா சொல்ல முடியும்!" எனச் சொல்லப் போகிறார். 'இங்ஙன் காண்பதல்லால்' என்று சொல்வதிலிருந்தே ஏதோ ஒன்றைக் கண்டு இன்பத்தைச் சுவைத்த மிதப்பிலே அவர் பேசுகிறார் என்பது நமக்குப் புலனாகும். அவர் சொல்வது அவருடைய அனுபவம் என்றும் தெரிகிறது.

இறைவனைப்பற்றி அடையாளம் சொல்கின்ற நிலை இதுவரைக்குந்தான். இறைவனது திருவுருவத்தைக் காணுகின்ற நிலை இதோடு முடிந்துவிடுகிறது. எம்பெருமான் திருவடியில் வீழ்ந்து இறைஞ்சுகின்ற நிலை வரையில் இருப்பது அது. நெருங்கி நெருங்கி, அவன் அடையாளங்களை ஒவ்வொன்றாகப் பார்த்து வந்து, அவன் திருவடியில் வீழ்ந்தாகி விட்டது.உருவம் மறைந்து ஒளி விஞ்சும் தோற்றம் உண்டாகிறது. அதைப் பார்த்து ஆனந்தமயமான காதலில் ஒருவகைப் பிரமிப்பு, அதிசய நிலை வந்துவிட்டது.

இதுவரையில் அருணகிரியார் முருகன் கையில் உள்ள வேலைச் சொன்னார். வேல் விளங்கும் கையைச் சொன்னார். கையான் செய்ய தாளினைச் சொன்னார். செய்ய தாளினில் வீழச் சொன்னார். வீழ்ந்து மனம் குழைந்து இறைஞ்சச் சொன்னார். இறைஞ்சி மால் கொள்ளச் சொன்னார். அதற்குப் பிறகு எப்படி எம்பெருமானைக் காண்பது என்பதைச் சொல்கிறார். "இவ்வாறு காண்பதைத் தவிர வேறு என்ன நான் சொல்ல முடியும்?" என்கிறார். சாப்பாடு எங்கே கிடைக்கும் எனக் கேட்டவனுக்கு, "இன்ன இடத்தில் கிடைக்கும்" என்று சொல்கிறான் ஒருவன். பிறகு, "சாப்பாடு எப்படி இருக்கும் தெரியுமா? உள்ளே போய் என்னைப் போல நீங்கள் சாப்பிட்டு வந்தீர்களானால் அப்பொழுது தான் அதன் சுவை உங்களுக்குத் தெரியும்" என்று சொல்கிறான். உணவு கிடைக்கும் இடம் தெரிந்து கொண்டாகிவிட்டது. அதன் சுவையை உண்டால்தானே தெரிந்து கொள்ள முடியும்?

"நீங்கள் சொல்லி வந்தது மிகவும் இனிமையாக இருக்கிறது. மேலும் சொல்லுங்கள். மாலே கொள நின்று எப்படிக் காண்பது? இறைவன் எப்படி இருப்பான்?" என்று அருணகிரியாரைக் கேட்டால் அவர் எப்படிச் சொல்வார்?

எவ்வாறு புகல்வது?

"நான் எப்படி இதற்குமேல் சொல்ல முடியும்? அது எப்படி இருக்கும் என்பதை நீயே அநுபவித்துத்தான் தெரிந்து கொள்ள முடியும். சர்க்கரை இனிக்கிறது என்கிறேன். சர்க்கரையை நீ வாயில் போட்டுக் கொண்டால்தான் இனிப்பாகிய சுவையைத் தெரிந்துகொள்ள முடியும். எம்பெருமான் திருக் கரத்திலுள்ள வேலைப் பார். வேல் விளங்கும் கையைப் பார். கையான் தாளைப் பார். அதில் விழு. வீழ்ந்து இறைஞ்சு. எல்லையற்ற ஆனந்த மயமான மால் கொள் என்று சொன்னேன். அதற்குமேல் நான் எப்படிச் சொல்ல முடியும்? இங்ஙன் நீயே காண்தலல்லால் என்னால் எவ்வாறு புகல முடியும்?" என்கிறார்.

மன வாக்குச்செய
லாலே அடைதற் கரிதாய்
அருவுரு வாகிஒன்று
போலே இருக்கும் பொருளைஎவ்
வாறு புகல்வதுவே?

அந்த இன்ப அனுபவத்தை விளக்க முடியாது. மன வாக்குச் செயலாலே அடைவதற்கு அரியவன் அவன். மூன்று கரணங் களினால் மனிதன் எல்லாவற்றையும் அறிகின்றான். இந்த மூன்று கரணங்களுக்கும் உட்பட்ட பொருளாக அவன் இருந்தால் அவனை அடைந்து, அறிவிக்க முடியும். கரணங்களின் நுகர்ச்சிக்கும் அப்பாற்பட்டவனாக அவன் இருக்கும்போது அவனை எப்படிச் சொல்வது? மனத்தினாலே அடைவதற்கும், வாக்கினாலே அடைவதற்கும், செயலாலே அடைவதற்கும் அரியதாய் இருக்கும் பொருள் அது. உருவம் எதுவும் இல்லாதது அது ; அருவே உருவமானது. இத்தனை

நேரம் அவர் ஏதோ உருவம் உடைய பொருளாகச் சொல்லி வந்தார். ஆனால் அநுபவ நிலையில் அது அருவே உருவாக இருக்கிறது.

ஒன்று போலே இருக்கும் பொருளை.

இன்று ஒரு விதம், நாளை ஒரு விதம் என்று மாறுதல் இன்றி ஒரு படித்தாக, ஒன்றுபோல இருக்கும் பொருள் அது.

"வாசலைக் காட்டிவிட்டேன். இனி நீயே உள்ளே நுழைந்து போய்ப் பார்க்க வேண்டியதுதான். அகண்ட சொரூபமாக இருக்கும் பொருளைக் கண்டமாகக் காட்டினேன். இனி நீயே கண்டமாக இருக்கும் ஒன்றின் அகண்ட சொரூபத்தைப் பார்த்துக் கொள்ள வேண்டும். உள்ளே நுழைந்து அவனைக் காணவேண்டுமானால் வாசற் படியாக இருக்கின்ற அவன் திருவடிகளில் தலை வைத்து வீழ்ந்து இறைஞ்சு. இறைஞ்சி மால் கொண்டால் உனக்கே தெரியும். நீயே காணமுடியும். நான் கண்ட மாதிரியே காணமுடியும். ஆனால் நான் எவ்வாறு கண்டேன் எனக் கேட்டுப் பயனில்லை. என் அனுபவத்தை எப்படிச் சொல்ல முடியும்? மன வாக்குச் செயலுக்கு அப்பாற்பட்டதை வாக்குக்கு உட்படுத்த இயலாது. அதை எவ்வாறு புகல்வது?" என்கிறார் அருணை முனிவர்.

பெண்ணுக்கு நல்ல மாப்பிள்ளையாகத் தாய் தேடலாம்; சிறப்பாகக் கல்யாணம் பண்ணலாம்; ஆனால் அவள் கணவனோடு சேர்ந்து அடையும் இன்பம் எப்படி இருக்கும் என்று மகள் கேட்டால் சொல்ல முடியுமா?

"மகட்குத் தாய்தன் மணாளனோடு ஆடிய
சுகத்தைச் சொல்எனிற் சொல்லுமா றெங்ஙனே?"

அந்த இன்ப சுகத்தை மகளே அநுபவித்துத்தான் தெரிந்து கொள்ள வேண்டும்.

நாம் இருக்கும் பிரபஞ்சச் சேற்றிலிருந்து விடுபட்டு, அகண்ட சொரூபமாய் நிலவும் ஆண்டவனை அடைவதற்குரிய

பாலத்தை துணகிரியார் போட்டுக் கொடுத்து விட்டார். அந்தப் பாலம் என்ன?

எம்பெருமானின் திருக்கரத்தில் இருந்து அஞ்ஞான இருளைப் போக்கும் ஞான வேலைப் பார்ப்பது; வேல் விளங்கும் கையைப் பார்ப்பது; கையான் செய்ய தாளைப் பார்ப்பது; தாளினில் வீழ்வது; வீழ்ந்து இறைஞ்சுவது; இறைஞ்சி மால் கொள்வது. அப்புறம் அருணகிரியாரைப் போலவே நாமும் காணவேண்டியதுதான். ஒன்றுபோல மாறுபாடு இல்லாமல் இருக்கும் பொருளாக அது இருப்பதனால் அவருக்கு ஏற்பட்ட இன்ப அனுபவமே நமக்கும் ஏற்படும். "பல ஆண்டுகளுக்கு முன் அவர் பெற்ற அநுபவம் அது; இன்று அதே அநுபவம் நமக்குக் கிடைக்குமா?" என்ற ஐயமே வேண்டாம். என்றும் மாறாமல் ஒன்று போல இருக்கும் பொருளின் அநுபவமாதலின் அது என்றும் ஒரே மாதிரி இருக்கும்.

புகல்வதற்கு அரியதான அகண்ட பர வெளியை, அருண கிரியார் உபதேச வாசலைத் திறந்து கண்டமாகக் காட்டினார். 'உள்ளே போய்ச் சொல்வதற்கு அரியதாய் அருவுருவாய் இருக்கிற பொருளை நீயே கண்டு கொள்" என்கிறார் பரம கருணையினால். சாஸ்திரக் கருத்துக்கும், தோத்திரங்களின் கருத்துக்கும் முரண்பாடு இல்லை. இரண்டிற்கும் பாலமாக இருப்பது இறைவனது செய்ய தாள். அதில் வீழ்ந்து இறைஞ்சி மால் கொண்டு நாமே கண்டுகொள்ள வேண்டும்.அப்படிக் கண்டால் முதலில் 4800 -80 என்பது எண்ணாகத் தோற்றி, பின்பு ரூபாயாகத் தோற்றி, பின்பு நம்முடைய பணமாகவும், பிறகு நாம் ஊர்ந்து செல்லும் காராகவும் தோற்றி இன்பம் அளித்தாற்போல், இறை வனை நம்முடைய இன்ப அநுபவப் பொருளாகவே நாம் உணர்ந்துகொள்ள முடியும்.

வேலே விளங்குகை யான்செய்ய
தாளினில் வீழ்ந்திறைஞ்சி
மாலே கொளஇங்ஙன் காண்பதல்
லால்மன வாக்குச்செய
லாலே அடைதற் கரிதாய்

அருவுரு வாகிஒன்று
போலே இருக்கும் பொருளைஎவ்
வாறு புகல்வதுவே!

[வேலாயுதம் விளக்கம் பெறும் திருக்கரத்தை யுடையவனாகிய முருகனுடைய சிவந்த திருவடிகளில் விழுந்து பணிந்து அவன்பால் தீவிரமான அன்புகொள்ள, அதனால் தோற்றும் இன்பத்தை யான் நுகரும்படி நுகர்வதன்றி, மனம் வாக்குச் செயலென்னும் மூன்று கரணத்துக்குரிய காரியங்களாலும் அடைவதற்கு அரியதாகி அருவமே தன் உருவமாகி என்றும் மாறாமல் ஒரு நிலையாகவே இருக்கும் பரம்பொருளநுபவத்தை எவ்வாறு சொல்வது?

மால் முறுகிய அன்பு; காதல். இங்ஙன் என்பது அருணகிரியார் தாம் பெற்ற வண்ணத்தைச் சுட்டுகிறார்; இது நெஞ்சறி சுட்டு. காண்பது- நுகர்வது. மனம் - நினைப்பு; ஆகு பெயர். வாக்கு - பேச்சு. செயல்- உடம்பாற் செய்யும் காரியம். மூன்று கரணத்தையும் கூறினார். அரு உருவாகி - அருவே உருவாகி. ஒன்றுபோலே - ஒரே நிலையில்.]

கடலும் புணையும்

எப்போது சங்கடமான பாட்டு ஒன்றைப் பார்க்கப் போகிறோம். அருணகிரிநாத சுவாமிகளின் சரித்திரத்தைப் பலவகையாகச் சொல்வதுண்டு. திருப்புகழில் பெண்களைப் பற்றிச் சொல்கின்ற பாடல்கள் மிகுதியாக இருக்கிறதைப் பார்த்து, அவர் தம் வாழ்நாளில் காமத்தினாலே அலைப்புரண்டு அதனால் தொழுநோய் பெற்று வாடினார் என்று சிலர் சொல்வர்.

அருணகிரியார் கருணை

ஆனால் அருணகிரிநாதப் பெருமான் திருப்புகழில் சொன்ன அத்தனை துன்பங்களையும் ஒருவர் அநுபவிக்க வேண்டுமானால் அது ஓர் ஆயுளில் நிகழ இயலாது என்று முன்பே சொன்னேன். பல நூறு பிறவிகள் எடுத்தால்தான் அத்தனை குற்றங்களையும் செய்யமுடியும்; அவ்வளவு துன்ப அநுபவங்களையும் பெற முடியும். அருணகிரிநாதப் பெருமான் உலகில் வாழ்கின்ற மக்கள் செய்கின்ற குற்றங்கள் அத்தனையும் படுகின்ற துன்பங்கள் அத்தனையும் தம்முடைய சொந்த வாழ்வில் நிகழ்ந்ததைப் போல எண்ணி இறைவனிடம் இரங்குகின்ற பெருங்கருணையாளர்.

"அப்படியானால் மக்கள் எத்தனையோ குற்றங்களைச் செய் கின்றார்களே! அவை எல்லாவற்றையும் குறிப்பிடாமல் பெண் களைப் பற்றி மட்டும் மிகுதியாகக் கூறியிருப்பானேன்?" என்ற கேள்வி எழலாம். அதனாலே தான் அவர் நமக்காகவே பாடினார் என்று கொள்ளலாம். எப்படி என்று பார்ப்போம்.

மிகுதியாக உள்ள நோய்

ஒரு டாக்டர் எந்த வியாதிக்காரர் தம்மிடம் வந்தாலும், நன்றாகச் சோதனை செய்து தனித் தனியாக மருந்து எழுதிக் கொடுப்பது வழக்கம். கம்பவுண்டர் சீட்டைப் பார்த்து மருந்து கலக்கிக் கொடுப்பார். ஒரு சமயம் ஊரில் திடீரென்று பேதி நோய் கண்டது; ஊர் முழுவதும் பரவி விட்டது. அவர் வீட்டுக்கு வருகின்ற நோயாளிகள் யாரைப் பார்த்தாலும் பேதி என்று சொல்லிக் கொண்டு வந்தார்கள். டாக்டர் என்ன செய்வார்? ஒவ்வொரு வருக்கும் தனித்தனி மருந்தா எழுதிக் கொடுப்பார்? ஒரு பெரிய பாத்திரம் நிறையக் காலரா மருந்தைக் கலந்து வைத்து, வருகின்ற நோயாளிகளுக்கு அதை எடுத்தெடுத்துக் கொடுக்கச் செய்தார்.

அவ்வாறே எந்தக் காலத்திலும் பெரும்பாலானவர்களுக்கு மிகுதியாக வருகின்ற வியாதியாகக் 'காம நோய்' இருப்பதனால், வைத்தியராகிய அருணகிரிநாதப் பெருமான் அந்த வியாதிக்கான மருந்தை மிகப் பெரிய அளவில் கலந்து வைத்திருக்கிறார்.

மனிதர்களுக்குள்ள நோய் இருவகை. ஒன்று உடம்புக்கு வருவது; மற்றொன்று மனத்திற்கு வருவது. மனம் நல்ல வழியில் செல்லாமல் அல்லாத வழியில் சென்று தகாததைச் செய்வதற்கு முக்கியமான காரணம் ஆறு வகையில் வருகின்ற நோய்கள். தான் நினைத்தபடி காரியங்களைச் செய்வதற்குப் பயன்படும் இந்திரியங்களைப் பெற்றிருப்பது சுகமான உடம்பு; நல்ல உடம்பு. அதில் நோய் வந்துவிட்டால் அப்படிச் செய்ய முடியாது; நம் விருப்பப்படி எந்தக் காரியத்தையும் செய்ய முடியாது.

கைகால் நன்றாக இருந்தால் அவை தொழில்பட வேண்டும். ஒருவனுக்குக் கையும் காலும் எப்பொழுது பார்த்தாலும் ஆடிக் கொண்டிருக்கிறது என்று வைத்துக் கொள்வோம். அவை இயங்குகின்றது கண்டு நல்லநிலை என்று சொல்ல இயலாது. அது நோய். எப்பொழுது ஆட வேண்டுமோ

அப்பொழுது ஆட வேண்டும்; சும்மா இருக்க வேண்டியபொழுது ஆடாமல் இருக்க வேண்டும். அப்படியிருந்தால்தான் சுகமான உடம்பு என்று சொல்ல முடியும்.

மனத்தில் வரும் நோய்

அவ்வாறே ஒன்றைவிட்டு ஒன்றையே எண்ணிக் கொண் டிருந்தால் அந்த மனம் சுகமான மனமாகாது. நல்லவற்றை எண்ண வேண்டும்; பல சமயங்களில் எண்ணாமல் இருக்கவும் பழக வேண்டும்.

அதுவும் அன்றி, பின்னாலே வருகின்ற பிறவிகளுக்குக் காரண மான எண்ணங்களைக் கொண்டிருப்பதால் மனம் நோயுடையது என்று சொல்கிறார்கள். உடம்புக்கு வருகின்ற ஒவ்வொரு நோய்க்கும் பெயர் இருப்பதைப் போலவே மனத்திலே உண்டாகின்ற வியாதி எல்லாவற்றையும் தொகுத்து ஆறாகப் பிரித்தார்கள். உடம்பில் வருகின்ற நோய்களுக்குப் பல பெயர்கள் இருந்தாலும் வாதம், கபம், பித்தம் என்று மூன்றினாலே வருபவை என்று நம் நாட்டு வைத்தியர்கள் சொல்கிறார்கள். அது போலவே மனத்திற்கு வருகின்ற நோய்கள் ஆறு.அறு பகை என்று தமிழிலும், அரிஷட் வர்க்கம் என்று வடமொழியிலும் அவற்றைச் சொல் வார்கள். இவை மனத்தின் உள்ளே பற்றுகின்ற நோய்; எக்ஸ்ரேக்கும் தெரியாமல் அறுவை மருத்துவத்தால் மாற்ற முடியாமல் உள்ளுக்குள்ளேயே புரையோடுகின்ற நோய்.

இருதய வியாதி என்று ஒருவகை நோய் உண்டு. இந்த நோய்கள் அந்த இனத்தைச் சேர்ந்தவை அல்ல. நுண் பொருளாகிய மனத்தில் படரும் நோய்கள் இவை.

வெளியில் இருக்கும் நோய் எல்லோருக்கும் தெரியும். உள்ளே இருக்கும் நோய் யாருக்குமே தெரியாது - அதை உள்ளபடி தெரிந்து கொள்ளக் கூடியவன் உள்ளுக்குள் இருக்கிற ஆண்டவன் ஒருவன்தான்.அந்த நோய் ஆறு காரணங்களால் வருவன. அவை காமக் குரோத லோப மோக மத மாச்சரியம்

எனச் சொல்வர் பெரியோர். ஆறிலும் முதலில் காமத்தை வைத்தார்கள். அதுதான் பெரிய வியாதி. பெரும்பாலோரைப் பற்றியிருக்கும் பிணி.

காம மென்னும் நோய்

காமம் என்பதற்கு ஆசை என்று பொருள். இது மண் ஆசை, பெண் ஆசை, பொன் ஆசை ஆகிய மூன்றுக்கும் பொதுவானது என்றாலும் வாழ்க்கையில் மிகப் பெரிய ஆசையாகப் பெண்ணாசை இருப்பதனால் அதற்கே காமம் என்ற பெயர் வழக்கில் வந்து விட்டது. அந்த ஆசைதான் மனிதர்களுக்கு உண்டாகின்ற பெரிய நோய். இன்றைக்குத்தான் உலகத்தில் அப்படி வந்திருக்கிறது என்று சொல்லலாமா? எல்லாக் காலத்திலும் அப்படியே இருந்து வருகிறது. பெரிய பெரிய சண்டைகளுக்கு மூல காரணம் காமம். ராம ராவண யுத்தத்துக்கு அடி அதுதான். ராமன் அயோத்தியில் இருந்து இலங்கைக்குப் போய்ச் சண்டை போட்டான். காரணம் பெண்ணான சீதை மேல் இராவணனுக்கு ஏற்பட்ட ராட்சசக் காதல். அதற்கு மூலவித்துத் தூவியவள் சூர்ப்பனகை. ஆண்மை நிரம்பிய ராமனிடத்தில் அவளுக்கு உண்டான ராட்சசக் காமம் அந்த வித்தைத் தூவியதற்குக் காரணம். ஆகவே ஆண்களுக்கும் தீய நிலையில் காமம் வரும். பெண்களுக்கும் தீய நிலையில் காமம் எழும். ராம ராவணப் பெரும் போருக்கு மூல வித்தே காமம்.

அகலிகைக்கு மிகப் பெரிய துன்பம் வந்ததற்குக் காரணம் இந்திரனது காமம். இப்படியாகக் காமத்தினால் உண்டான இன்னல்கள் மிகப் பல. மனித சாதியினிடத்தில் பல வகைத் தீய குணங்கள் புகுந்துகொண்டாலும் எல்லாவற்றுக்கும் மேலாக, மிகுதியாக இருப்பது காமம். அந்த நோய் எல்லாக் காலங்களிலும் இருக் கிறது. ஆகவே, மருத்துவராகிய அருணகிரிநாதர் அதற்கான மருந்தை அண்டா அண்டாவாகக் கலந்து வைத்திருக்கிறார். மற்ற நோய்களுக்கும் மருந்து அவரது பாட்டுக்களில் இருக்கிறது; ஆனாலும் காமத்தைப்

பற்றிச் சொல்கின்ற பாடல்களே திருப் புகழில் மிகுதியாக வருகின்றன.

காமம் என்ற சொற் பொருள்

நாம் இன்று 'காமம்' என்ற சொல்லுக்கு என்ன பொருள் கொள்கிறோமோ அப்படிப் பழைய காலத்தில் கொண்டது இல்லை. காமம் என்றால் காதலுக்குப் பெயர். பிற்காலத்தில் சரீர சம்பந்தமான ஆசையையே காமம் என்று சொல்வது வழக்கமாகி விட்டது.

நேர்மையான காமம்

இந்த உணர்ச்சி நேர்மையான முறையில் அமைந்திருந்தால் தவறு இல்லை. யார் யார் நெறி தவறாமல் தம்முடைய தர்ம பத்தினியோடு வாழ்க்கை நடத்துகின்றார்களோ அவர்கள் பிரம்ம சாரிக்குச் சமமானவர்கள் என்று நூல்கள் கூறுகின்றன. வாழ்க்கையில் அறத்தைச் செய்வதற்குத் தர்ம பத்தினியை மணம் செய்து கொள்கிறார்கள். அவர் காம பத்தினி அல்ல; தர்ம பத்தினி; தர்மத்தைச் செய்வதற்குத் துணையாக இருப்பவள்.

வாழ்க்கைத் துணை

வள்ளுவர், மனைவியின் இலக்கணத்தை ஓர் அதிகாரத்தில் சொல்கிறார். பத்துப் பாட்டுக்களால் மனைவி இன்ன இன்ன குணங்கள் நிரம்பியவளாக இருக்க வேண்டுமென வரையறுக் கிறார். அந்த அதிகாரத்துக்கு ஒரு தலைப்பு இட்டார். சுருங்கிய குறள்களில் ஆழமும் விரிவுமுள்ள கருத்துக்களை விளக்குகின்ற வள்ளுவர் அந்த அதிகாரத்துக்கு மனைவி என்று தலைப்புக் கொடுக்கலாம்; அல்லது காதலி என்று கொடுத்திருக்கலாம். அப்படிச் செய்யவில்லை. மனைவி என்பவள் கணவனுக்குத் துணையாக அறத்தின் வழியே நின்று அறத்தை வளர்ப்பவள் என்பதை அறிவுறுத்த நல்ல தமிழ்த் தொடரை அமைத்திருக்கிறார்.

மனிதன் வாழ வேண்டும். நன்றாக வாழ வேண்டும். நன்றாக வாழ்வதற்கு மூல காரணமாய் இருக்கிற பொருள் அறம்.

அறம் இல்லாவிட்டால் நன்றாக வாழ முடியாது. அறம் செய்ய வேண்டுமானால் துணை வேண்டும். நலமான வாழ்க்கைக்குத் துணையாக இருப்பவள் மனைவி. ஆதலால், அந்த அதிகாரத்துக்கு "வாழ்க்கைத் துணை நலம்" என்று பெயர் கொடுத்திருக்கிறார். அந்தத் தலைப்பிலிருந்தே மனைவியின் இலக்கணம் ஓரளவு புலப்படுகிறது.

மனிதனுக்கு உடம்பு, மனம் ஆகியவை இருப்பதே நல்ல முறையில் வாழ வேண்டும் என்பதற்காக. நல்ல முறையில் வாழ்வதாவது அறநெறியில் வாழ்வது. அற நெறியில் வாழவேண்டுமானால் தனி மனிதனால் முடியாது. துணை தேடிக்கொள்ள வேண்டும். அந்தத் துணைதான் மனையாட்டி. வாழ்க்கைக்குத் துணையாக இருப்பவள் அவள். அவளுடைய நலத்தைச் சொல்லும் அதிகாரம் அது என்று புலனாகிறது.

தர்ம பத்தினி என்ற வடமொழித் தொடருக்கும் வாழ்க்கையில் செய்ய வேண்டிய தர்மத்திற்குத் துணையாக இருக்கின்றவள் என்பதே பொருள். அப்படித் துணையாக இருக்கிறவளுடன் நடத்தும் இல்வாழ்க்கை அறம் பொருள் இன்பம் ஆகியவற்றைத் தந்து வீடாகிய பேற்றைப் பெறவும் காரணமாகும்.

கடமையும் இன்பமும்

இவ்வுலகில் பல மரஞ் செடி கொடிகள் இருக்கின்றன. மனித பரம்பரை வளர்வது போல மரத்தின் பரம்பரையும் வளர வேண்டும். அது வளரவேண்டுமானால் விதை உண்டாக வேண்டும். விதை கீழே விழுந்து முளைக்க வேண்டும். இலையிலோ, கிளையிலோ, வேரிலோ நினைத்த இடத்தில் விதை உண்டாகும் படி இறைவன் செய்திருக்கலாம். அங்கெல்லாம் உண்டானால் யாரும் கவனிக்க மாட்டார்கள். எல்லோரும் கவனிக்கக்கூடிய இடத்தில் அதை வைக்க

வேண்டும். ஆதலால் இனிமையான பழத்திற்குள் வைத்திருக்கிறான்.

"பழத்தை நன்றாகச் சாப்பிடுங்கள். ஆனால் அதற்குள் இருக்கும் விதையை நல்ல இடத்தில் புதைத்தால் அது போன்ற சுவை மிக்க பழங்களைத் தரும் மரம் வளரும்" என்பதைப் போல ஆண்டவன் வித்து நடுவதாகிய கடமையைப் பழம் தின்பதாகிய இன்பத்தோடு சேர்த்தே வைத்திருக்கிறான்.

மனிதன் செய்கின்ற வேலைக்குக் கூலி வேண்டாமா? ஆகவே அறத்தை வளர்க்கும் வேலைக்கு முன்கூட்டியே இறைவன் கூலி கொடுக்கிறான், பழமாக.

"நன்றாக இவ்வுலகத்தில் நீ வாழ்வாய்" என்று கை கால்கள் ஆகியவற்றோடு நல்ல உடம்பைக் கொடுத்து அனுப்புகிறான் இறைவன். மலருக்கும், மலத்திற்கும் வேறுபாடு காணாமல் நல்ல ஞானிபோலவே குழந்தை பிறக்கிறது. ஆனால் அது வளர்ந்து, பலவகைத் தொழில் புரிந்து, அல்லாதன புரிந்து, நோயையும் நொடியையும் பெற்று வருந்துகிறது என்றால் அதற்கு இறைவன் என்ன செய்வான்? மனிதனுக்கு எப்பொழுதும் நல்லதையே முன்னால் கொடுக்கிறான்.

கடமையை மாத்திரம் செய்யச் சொன்னால் மனிதன் செய்ய மாட்டான்."கோயிலுக்குப் போங்கள்" என்றால் போக மாட்டான். "மார்கழி மாதம் வெண் பொங்கல் கொடுக்கிறார்கள்" என்றால் ஆண்டாள் பாசுரத்தைப் பாடிக்கொண்டு ஓடுகிறான். மாணிக்க வாசகர் பள்ளி யெழுச்சியைப் பாட வைக்கிறது சுடச் சுடக் கொடுக்கும் பொங்கல். மனிதனுக்கு எப்பொழுதும் இன்பத்தில் ஆசை. ஆகவே இறைவன் கடமையைச் செய்வதில் இன்பத்தையும் பிணைத்து வைத்திருக்கிறான்.

பரம்பரை வளர

நாம் உலகில் வாழ்கிறோம். நாம் வாழ்வது போல உலகம் வாழ வேண்டும். தொடர்ந்து மனித பரம்பரை வளர வேண்டும். பரம்பரை நல்ல முறையில் வளர வேண்டுமானால் வித்துப் போடுவது என்ற கடமை நல்ல முறையில் நடக்க வேண்டும். இன்பம் இல்லாவிட்டால் யாரும் கடமையைச் செய்ய மாட்டார்கள். சுவை மிக்க பழத்திற்குள்ளே வித்தை வைத்தாற்போல, மனித பரம்பரையின் வளர்ச்சிக்கான வித்தைக் காம இன்பத்திற்கிடையே வைத்தான் இறைவன்.

முறைப்படி வாழ்ந்தால் தர்மம் செய்யலாம்; காமம் அனுபவிக்கலாம். ஆனால் காமத்தின் முடிவு என்ன? பரம்பரைத் தர்மத்தைக் காப்பாற்றுவது.

தசரதன் விருப்பம்

தசரதன் சொல்கிறான். அறுபதாயிரம் மனைவியோடு வாழ்ந்தவன் அவன். இருந்தாலும் குழந்தை பிறக்கவில்லை. மிக்க துயரத்தோடு வசிட்டரைப் பார்த்துப் பேசுகிறான்.

தன் குடும்பத்திற்கு ஒரு குழந்தை வேண்டுமென்ற நினைப்பைக் காட்டிலும் உலகம் ஆகிய குடும்பத்திற்கு ஒரு குழந்தை வேண்டு மென்று அவன் நினைக்கிறான். "நான் அறுபதினாயிரம் ஆண்டு செவ்வனே இவ்வுலகத்தைக் காத்துவிட்டேன். எனக்குக் குறை ஒன்றும் இல்லை. என் காலத்திற்குப் பிறகு, இவ்வுலகைக் காப்பவர் இல்லாமையால், இவ்வையகம் கலங்கி விடுமே என்கிற மனக்கலக்கந்தான் உண்டாகிறது" என்கிறான்.

"அறுபதி னாயிரம் ஆண்டு மாண்டுற
உறுபகை யொடுக்கிஇவ் வுலகை ஓம்பினேன்
பிறிதொரு குறையிலை எற்பின் வையகம்
மறுகுறு மென்பதோர் மறுக்க முண்டரோ."

அவன் ஆற்றி வந்த கடமைகளைத் தொடர்ந்து ஆற்றி வருவதற் காகவே பிள்ளை வேண்டும் என்கிறான்.

தருமியின் வேண்டுகோள்

மதுரையில் ஆலவாய்ப் பெருமானுக்கு அருச்சனை பண்ணிக் கொண்டிருந்தார் தருமி என்ற குருக்கள். நக்கீரர் திருமுருகாற்றுப் படை பாடுவதற்கு மூல காரணமாய் இருந்தவர் அவர் என்று சொல்ல வேண்டும். நக்கீரர் திருமுருகாற்றுப்படை பாடக் காரணமாக இருந்தது அப்புலவர் பெற்ற சாபம். அந்தச் சாபத்திற்குக் காரணம் ஒரு பாட்டு. அந்தப் பாட்டுக்குக் காரணம் தருமி. அவர் பிரம்மச்சாரி. அவருக்குக் கல்யாணம் பண்ணிக் கொள்ள வேண்டு மென்ற ஆசை. அதற்கு வேண்டிய பொருள் அவரிடத்தில் இல்லை. பாண்டிய அரசன் தன் கருத்தைத் தெரிவிக்கும் கவிதையை இயற்றுபவருக்கு ஆயிரம் பொன் தருவதாகச் சொல்லி ஒரு கிழியைக் கட்டித் தொங்கவிட்டிருந்தான். தருமிக்குக் கவிதை பாட வராது. அவர் இறைவனிடம் போய், "சுவாமி! எனக்குக் கல்யாணம் பண்ணிக் கொள்ள வேண்டுமென்று ஆசை. பொருளில்லையே! அரசன் கட்டித் தொங்க விட்டிருக்கும் பொன் எனக்குக் கிடைக்கும்படியாகச் செய்யுங்கள்" என்றா கேட்டார்? அப்படிக் கேட்டிருந்தால், "குருக்களுக்கு எதற்கையா கல்யாணம்?" என நம்மைப் போல இறைவன் சொல்லியிருந்தாலும் சொல்லி யிருப்பாரே! அவர் அப்படிக் கேட்கவில்லை. "இறைவனே! உனக்கு நான் மாத்திரம் பூசை பண்ணினால் போதுமா? உன்னுடைய வழிபாடு தொன்று தொட்டுப் பரம்பரை பரம்பரையாக வந்து கொண்டிருக்கிறது. என் அளவில் அந்தப் பரம்பரை முடிந்துவிடப் போகிறதே! எனக்குச் சந்ததி உண்டானால்தான் உன் கைங்கரியம் தொடர் அறாது நிகழும். இந்தப் பரம்பரைச் செல்வம் மிக அரியது. இதை என்னோடு முற்றுப் பெறும்படியாகச் செய்யக் கூடாது. முற்றுப் பெறாதவாறு செய்ய எனக்கு ஒரு குழந்தை வேண்டுமே! அதற்கு ஒரு தர்ம பத்தினி வேண்டாமா? மணம்

செய்து கொள்ளலாம் என்றால் கையில் பொருள் இல்லையே" எனக் கேட்டார்.

"எந்தையே, கந்தர் தந்தாய்,
இளைத்தனன்; பொருளோ இல்லை.
மைந்தன்உண் டாக என்னை
மன்றல்செய் வித்தல் வேண்டும்."

"தாதையுந் தாயும் உற்ற
சுற்றமும் தனமும் மற்றும்
வேதனை வினையி னேற்கு
நீயலால் வேறும் உண்டோ?

கோதிலா மரபின் வந்த
குலந்தலை அழியு மோஎன்று
ஆதிநா யகன்றன் பாதத்
தழுதுவீழ்ந் தினைய சொன்னான்."

(பழைய திருவிளையாடல்)

தசரதன் விருப்பமும் தருமியின் விருப்பமும் தாம் செய்த அறம் தொடர்ந்து நடைபெற வேண்டும் என்பதே. அதற்குப் மகப் பேறு வேண்டும். அது பெற மனையாட்டி வேண்டும்.

அறத்திற்குத் துணையாக நிற்பவள் மனைவி. அப்படி இல்லாமல் தன் காமத்தை மாத்திரம் தீர்ப்பவளாக ஒருவன் மனையாட்டியை வைத்துக்கொண்டால், தாசியை வைத்துக் கொண்டது போன்றது தான். அப்படித்தான் சாஸ்திரம் சொல்கிறது.

காமம் அல்லது இன்பம் கடமையைச் செய்வதற்குப் பாதுகாப்பாக இருக்க வேண்டுமேயன்றிக் கடமையை மறப்பதற்குக் காரணமாக இருத்தலாகாது.

மனையாட்டியைப் பார்க்கும்போது, "மேனி அழகாக இருக் கிறாளா? நிறைய அணிகள் அணிந்திருக்கிறாளா? ஆற்றல் மிக்க வளாக இருக்கிறாளா?" என்று சிலர் பார்க்கலாம். மனைவி அழகாய் இருக்க வேண்டுமென்று வள்ளுவர் சொல்லவில்லை. அழகான பெண்டாட்டி தான் வேண்டும் என்று இருந்தால் சொல்லியிருக்கலாம். அழகாக இல்லாத பெண்கள் கல்யாணம் ஆகாமலேயே நின்று விடுகிறார்களா? அழகு என்பது கண்ணுக்குக் கண் வேறுபடும். ஒருவன் கண்ணுக்கு அழகற்றவளாய்த் தோன்றுபவள் மற்றவன் கண்ணுக்கு ரம்பையாகக் காட்சி அளிப்பாள். வள்ளுவர்,

**"பெண்ணிற் பெருந்தக்க யாவுள கற்பென்னும்
திண்மைஉண் டாகப் பெறின்."**

என்கிறார்.

பல் எல்லாம் உதிர்ந்து போன கிழவர் வாசல் திண்ணையில் உட்கார்ந்து கொண்டு வெற்றிலை பாக்கைச் சிறிய இரும்பு உரலில் போட்டு இடித்துக்கொண்டிருக்கிறார். மெள்ள மெள்ள இடிப்பதால் ஓசை கேட்கவில்லை. கொட்டில் தாழ்வாரத்தில் காலை நீட்டிக்கொண்டு உட்கார்ந்திருக்கிறாள் அவரது மனையாட்டி; தலையெல்லாம் தும்பைப் பூவைப் போல நரைத்துவிட்ட கிழவி. அவள் தன் பேரனைப் பார்த்து, 'ஏய்! போய்ப் பாரடா? கிழவர் கஷ்டப்படுகிறார். நீயாவது கொஞ்சம் வாங்கி அதை இடித்துக் கொடுக்கக் கூடாதா?" என்கிறாள். அதுதான் உண்மைக் காதல்; உண்மையான அன்பு; பருவம் கடந்தும் பசுமையாக நிலவும் அன்பு. அழகு உடம்பு முதிர முதிரத் தேயும். செல்வமும் நாளடைவில் தேயும். ஆற்றல் தேயும். ஆனால் இந்த அன்பு மாத்திரம் உடம்பு தளரத் தளர வளரும்.

காமத்தை வெல்ல வழி

நல்ல கட்டிளங் காளையாக இருக்கும்போது ஊரைச் சுற்றித் திமிர் பிடித்து அலைந்த எத்தனையோ பேர்கள் வயசு ஆக ஆக அடங்கி ஒடுங்கி நல்லவர்களாக உட்கார்ந்து விடுகிறார்கள். தசைக் கொழுப்பு இருக்கிற வரைக்கும் மனிதனுக்குத் தெளிவு உண்டாவதில்லை. தசைக் கொழுப்பின் கிளர்ச்சியே காமம் என்பது. அதையும் மீறி ஒருவன் தர்மம் செய்ய வேண்டுமானால் என்ன செய்ய வேண்டும்? அதைத்தான் இந்தப் பாட்டில் சொல்ல வருகிறார் அருணகிரியார்.

***கடத்தில் குறத்தி பிரான்அரு
ளால்கலங் காதசித்தத்
திடத்தில் புணையென யான்கடந்
தேன்சித்ர மாதர்அல்குற் படத்தில்
கழுத்தில் பழுத்தசெவ்
வாயில் பணையில்உந்தித்
தடத்தில் தனத்தில் கிடக்கும்வெங்
காம சமுத்திரமே.***

சமுத்திரம் கரை இல்லாதது. இந்த வெங் காம சமுத்திரத் திற்கும் கரை இல்லை. ஐந்து கல்யாணம் பண்ணிக் கொண்டவன், ஆறாம் கல்யாணமும் பண்ணிக் கொள்வதைப் பார்க்கிறோம். தசரத சக்கரவர்த்தி அறுபதினாயிரம் மனைவிகளை மணந்து கொண்டவர். திரௌபதைக்கு ஐந்து கணவர்கள்; அதற்கு மேலும் கர்ணனிடத்தில் அவளுக்கு ஆசை இருந்ததாம். இது காமத்தின் இயற்கை. விசுவாமித்திரர் முதலிய பெரிய முனிவர்களும் காமத்தினால் அல்லற்பட்டார்கள்.

காம மென்னும் கடல்

தோற்றத்தைக் கண்டு, தோலைக் கண்டு, மூக்கு விழியைக் கண்டு ஏமாந்து போகிறவனுக்குக் காமம் பரவுவதற்குக் காரணம் அந்தத் தோற்றமே. அதனால் காமமென்னும் கடல்

மையல் செய்யும் மங்கையரின் உறுப்புக்களில் பரவிக் கிடக்கிறது என்கிறார் அருணகிரியார்.

சித்ர மாதர்அல்குற்
படத்தில் கழுத்தில் பழுத்தசெவ்
வாயில் பணையில்உந்தித்
தடத்தில் தனத்தில் கிடக்கும்வெங்
காம சமுத்திரமே.

புறப் பார்வையில் படுகின்ற சரீர உறுப்பில் பரவி இருக்கிறதாம்.

இருவகைக் காமம்

காமம் என்பதற்கு இரண்டுவிதமான பொருள் உண்டு. ஒன்று தீயது; மற்றொன்று நல்லது. தீயது மயல்; நல்லது காதல்.

பொதுவாகக் காமம் என்ற சொல் பழைய நூல்களில் அன்பாகிய காதலுக்கே வழங்கப்பட்டது. உறுதிப் பொருள்களுக்கு இலக்கணம் வரைந்த வள்ளுவர் காமத்துப் பால் என்றே பெயர் வகுத்திருக்கிறார். அந்தக் காலத்தில் காமம் என்பதற்குத் தவறான பொருள் வழங்கியிருந்தால் இன்பப் பால் என வைத்திருக்கலாம். அப்படி இருக்க வேண்டுமென்று கூட இக்காலத்தில் சிலர் சொல்கிறார்கள்; 'காமம்' என்பதற்குத் தவறான பொருள் இப்போது ஏற்பட்டு விட்டதனால் அப்படிச் சொல்கிறார்கள்.

காமத்தில் நல்லதாகிய ஒன்றும், தீயதாகிய ஒன்றும் உள்ளன. அன்புடைய காமம் காதல்; அது நல்ல காமம். தீயதோ வெங்காமம்; கொடுமையான காமம். அதனால் அதை, "வெங் காம சமுத்திரம்" என்கிறார். புறக்கண்களால் வெறும் உடல் அழகை மாத்திரம் பார்ப்பதனால் எழுகின்ற காமம் வெங்காமம். குண நலங்களைப் பார்க்கும் பார்வை வெங் காமத்துக்கு இல்லை.

சீதையின் பண்பு

சீதா பிராட்டியை இராமனும் பார்த்தான்; அவளும் அவனைப் பார்த்தாள். இருவரும் கண்களாகிய வாசல் வழியே நுழைந்து ஒருவர் உள்ளத்தை ஒருவர் தொட்டுப் பார்த்துக் கொண்டார்கள்.

"பருகிய நோக்கெனும் பாசத் தால்பிணித்து இருவரும் மாறிப்புக் கிதயம் எய்தினார்."

மன்மதன் உலகத்திற்கே அழகு அரசன் அல்லவா? அவனும் சீதையைப் பார்த்தான். அவள் அங்கங்களின் அழகைப் பார்த்தான். சீதா பிராட்டியை அப்படியே சித்திரம் எழுத வேண்டுமென்று நினைத்தான். அவள் உலகத்தை எல்லாம் காத்து ரட்சிக்கின்ற அன்னையாக, திருமகளாக இருக்கிற பொழுது எழுதலாம். இராமன் ஒருவனை அன்றிப் பிறரைக் காணாத கற்புடைய சீதையாக அவதாரம் எடுத்திருக்கிற போது அவளைச் சித்திரத்தில் எழுதிவிட முடியுமா?

நல்ல எழுத்தாளர்கள் கதை எழுதுவதைப் பார்த்து நாமும் எழுதலாம் என்று சிலர் ஆரம்பிப்பார்கள். காகிதம், பேனா எல்லாவற்றையும் எடுத்து வைத்துக்கொண்டு உட்காருவார்கள். தலைப்பைப் போட்டுக்கொண்டு ஆரம்பிக்கும் போதுதான் என்ன எழுதுவது, எப்படி எழுதுவது என்று யோசிப்பார்கள்.

அப்படி மன்மதன் செய்தானாம். அமுதம் கலந்த வண்ணத்தைக் குழைத்து வைத்துக்கொண்டு தூரிகையை எடுத்துச் சித்திரம் தீட்டப் போனான். சீதையின் உயிரோவியத்தைத் தீட்ட வேண்டும். அவள் குணங்களைக் கண்டு எழுதத் துணிந்தானா? அவள் உள்ளச் சிறப்பை உணர்ந்து தீட்டப் போனானா? இல்லை.

சீதையை மற்றப் பெண்களைப் போலவே எண்ணி, அங்க நலங்களைப் பார்த்துத் தீட்டப் போனான்; அவனால் சீதையை எழுத முடியுமா?

"ஆதரித்து அமுதிற் கோல்தோய்த்
தவயவம் அமைக்கும் தன்மை
யாதெனத் திகைக்கு மல்லால்
மதனற்கும் எழுத வொண்ணாச், சீதை"

மன்மதனாய் இருந்தால் என்ன? அவனாலும் எழுதுவதற்கு முடியாத கற்புடைய மங்கை சீதை.

சித்ரமாதர்

சித்ர மாதர் என்கிறார் அருணகிரியார். அலங்காரமான பெண்கள் என்று பொருள். தன் நாயகனுக்கு மாத்திரம் இன்பம் அளிக்க அலங்காரம் பண்ணிக் கொள்ளும் பெண்ணின் அழகு பிறர் கண்களில் படாது. பிறர் கண்களில் படவேண்டும் என்றே தம்மை அலங்காரம் பண்ணிக் கொண்டு, ஆடவர் உள்ளங்களை மயக்கிக் கவர்ந்து வந்த சித்திர மாதர்கள் தனியாகவே ஒரு பகுதி இருந்தனர். உலக முழுவதும் இருந்தார்கள்.

வெங்காம சமுத்திரம் அத்தகைய சித்திர மாதர் மேனி முழுவதும் படர்ந்திருக்கிறது என்கிறார் அருணகிரியார். அவர் கற்புடைய பெண்களைக் குறிக்கவில்லை. பிறர் கண்ணில் பட்டும் மயல் செய்யாத கற்புடைய மங்கையர்களுடைய அழகு அவர் களுடைய கணவர்களுக்கு மட்டுமே குளிர்ச்சியையும் இன்பத்தையும் அளிக்கும்.

சமுத்திரம் பரவிக் கிடக்கின்றது என்றாலும் அதில் ஒரு துளியாவது மனிதனுடைய தாகத்தை அடக்குமா? கடல் நீரைப் பருகப் பருகத் தாகந்தான் அதிகமாகும். அதைப்போல வெங் காமத்தை நுகர நுகர மேலும் மேலும் தாகம் உண்டாகிறது; காமம் மேலும் வளர்கிறது. அந்தக் கடல் பறப் பார்வையில் படும் படியாகச் சித்திர மாதர்களுடைய உறுப்புக்களில் கொந்தளித்துக் கொண் டிருக்கிறது. தன் புறக் கண்களால் இந்த அழகைப் பார்த்து மனத்தை இழப்பவன், அக்கடலுள் மூழ்கித் துன்புறுகிறான். வாழ்நாளை வீணாக்கிக் கொண்டு ஆழ்ந்து போகிறான்.

அந்தச் சமுத்திரத்தை அருணகிரியார் கடந்தாராம்.

தெப்பம்

"சமுத்திரத்தைக் கடக்க வேண்டுமானால் தெப்பம் வேண்டும்! உங்களுக்குத் தெப்பம் ஏது?" என்ற கேள்வி வரும் அல்லவா?

மிகவும் வேடிக்கையாக, அழகாக, முரண்பாடுபோலத் தோன்றும்படி விடை சொல்கிறார்.

கடத்தில் குறத்தி பிரான்அரு
ளால்கலங் காதசித்தத்
திடத்தில் புணையென யான்கடந்தேன்.

முரண்பாடா?

பசித்தவன் ஒருவரிடத்தில் போய், "என் பசியை யார் தீர்ப்பார்?" என்று கேட்டபோது, "அவனிடம் போ" என ஒருவனைக் கைகாட்டி விட்டுப் போனார் அவர். ஆனால் இவன் அவனிடம் போய்ப் பார்த்தால், அவன் ஒரு மாதம் பட்டினி. அவனிடம் போனாலா பசி தீரும்?

"வெங்காம சமுத்திரத்தைக் கடந்தேன் என்கிறீர்களே! புணை ஏது?" என்று கேட்டால் அருணகிரியார், "காட்டில் வாழும் வள்ளி யிடம் ஆசை கொண்டானே, அவன் தந்தான்" என்று சொல்கிறார்.

"காமத்தை வெல்லக் காமத்தை வென்றவன்தானே வழி காட்ட முடியும்? ஆனால் நீங்கள் சொல்கிற பேர்வழி காமத்தை வென்றவனா? முன்பே ஒரு மனையாட்டி இருக்க, காட்டில் இருக்கும் குறப்பெண்ணான வள்ளியைத் தேடி ஓடியவனாயிற்றே! அவனைத் துணையாகக் கொண்டால் எப்படிக் காம சமுத்தி ரத்தைக் கடக்க முடியும்?" என்று கேட்கத் தோன்றுகிறது. வள்ளி திருமணத்தின் கருத்தை உணர்ந்தால் அந்தக் கேள்வி எழாது.

வள்ளி கல்யாணம் என்பது காமக் கல்யாணம் அன்று; அது ஞானக் கல்யாணம்; காமம் கடந்த கல்யாணம். ஆகவே வள்ளியை ஆட்கொண்ட எம்பெருமானின் அருள் கிடைக்குமானால், வெங்காம சமுத்திரத்தைக் கடக்கலாம்.

காணும் வழி

காமத்தைப் போக்க நினைப்பவர்கள் பெண்களைக் கண்ணால் காணமாட்டேன் என்று இருப்பது உலகத்தில் இயலும் செயலன்று. பெண்களைக் காணாமல் இருக்க முடியாது. அவர் களைப் பார்க்கும்போது காம உணர்ச்சியின்றிப் பார்க்கலாம். அதற்கு ஒரு வழி உண்டு.

ஆண்களுடைய பெயர்களுக்குப் பிறகு செட்டியார், ரெட்டியார், முதலியார், ஐயர் என்ற பட்டங்கள் இருக்கின்றன. ஆனால் பெண்கள் பெயர்களுக்குப் பின் எந்தச் சாதிக்காரர்களாக இருந் தாலும் அம்மாள் என்ற பட்டந்தான். லட்சுமி அம்மாள், சரசுவதி அம்மாள், பாகீரதி அம்மாள் என்று எந்தப் பெண் மணியாக இருந்தாலும் அம்மாள் என்று அழைப்பதே வழக்கம்.

அண்ணன் தன் தங்கையை அம்மா என்றே அழைக்கின்றான்; தந்தை தம் பெண்ணை அம்மா என்றே கூப்பிடுகிறார். மனையாட்டியைத் தவிர மற்ற பெண்கள் எல்லாரும் அம்மாவே.

காமத்தை வெல்ல வேண்டியவர்கள் உலகிலுள்ள பெண்களைத் தாயாகப் பார்க்க வேண்டும்; தாயாகப் பழக வேண்டும்; தாயிடம் பேசுவது போலப் பேசவேண்டும்.

பெண்டாட்டி என்ற சொல்லுக்கு இயல்பான பொருள் பெண் என்பதுதான். ஆனால் அதற்கு இப்போது மனைவி என்ற பொருள் வந்துவிட்டது. மனைவி ஒருத்தியைத் தான் பெண்ணாகக் கண்டார்கள்; சொன்னார்கள். திருநெல்வேலியிலுள்ள அந்தணர்கள் மனைவியைப்

பெண்ணாய்ப் பிறந்தவள் என்பார்கள். அதுவும் இந்தக் கருத்தையே புலப்படுத்தும்.

பெரியவர்கள் எத்தனை பெண்களைப் பார்த்தாலும் மனைவி ஒருத்தியைத்தான் பெண்பாலாகப் பார்த்தார்கள்; மற்றவர்களைத் தாயாகப் பார்த்தார்கள்.

பேராண்மை

வள்ளுவர் ஒன்று சொல்கிறார். மனிதன் இரண்டு விதமான வீரம் உடையவன்; புற வீரம் ஒன்று; அகவீரம் ஒன்று. உடம்பின் ஆற்றலால் தன்னை எதிர்க்கின்றவர்களோடு போராடி வெல்வது புறவீரம். அகவீரம் என்பது காமத்தை வெல்லும் வீரம். உலகிலுள்ள பெண்களைத் தாயாகப் பாவித்துத் தன் உள்ளத்தில் எழுகின்ற வெங்காமத்தைப் பொசுக்கி வெல்கின்ற வீரமே அக வீரம். அகப்பகையை வென்றவர்கள் முனிவர்கள். புறப்பகையை அடக்கும் ஆண்மை உடையவர்களுக்கும், வீரம் மிக்கவர்களுக்கும் உட்பகையாகிய காமத்தை அடக்குவது அருமை. புறப்பகையை அடக்க ஆண்மை வேண்டுமென்றால் அகப்பகையை அடக்கப் பேராண்மை வேண்டும். அகப்பகையை வென்றவர் மாபெரும் வீரர். வள்ளுவர் சொல்கிறார்:

**"பிறன்மனை நோக்காத பேராண்மை சான்றோர்க்
கறனொன்றோ ஆன்ற ஒழுக்கு."**

"பிறன் மனையாட்டியைப் பார்க்காத பேராண்மை உடைய வர்களுக்கு அறனுமாம்; நிரம்பிய ஒழுக்கமுமாம்" என்கிறார்.

லட்சுமணன் இயல்பு

லட்சுமணன் அப்படி இருந்தான். சீதா பிராட்டியை இராவணன் தூக்கிச் சென்றபோது, தன்னைத் தூக்கிச் செல்லும் வழி இராமனுக்குத் தெரியட்டும் என்பதற்காகத் தன்னுடைய ஒளிமிக்க அணிகளை ஒவ்வொன்றாகக் கழற்றிப் போட்டுக்

கொண்டே சென்றாள். அவற்றையெல்லாம் அநுமான் பொறுக்கிச் சேர்த்து வைத்திருந்தான். கிஷ்கிந்தாபுரிக்கு இராம லட்சுமணர் வந்தபோது அவ்வணிகளை அவர்களிடம் கொடுத்தான். இராமன் அவை சீதையுடையன என்பதை அறிந்து வருந்தினான். காதணியை எடுத்துப் பார்த்தான்; கழுத்து ஆபரணத்தை எடுத்துப் பார்த்தான்; கை வளையல்களை எடுத்துப் பார்த்தான். சீதையினுடைய முழு உருவமும் அவன் உளக் கண்ணின் முன்னே தோன்றி அவனை வருத்தியது. "தம்பி லட்சுமணா, இந்த ஆபரணங்களை எல்லாம் பார்த்தாயா? இவையாவும் உன் அண்ணியினுடையவை அல்லவா?" எனத் தாங்கமாட்டாத துக்கத்தோடு கேட்டான்.

லட்சுமணன் தோட்டை எடுத்து விலக்கி அப்பால் வைத்தான். மாலைகளை எடுத்து விலக்கி அப்பால் வைத்தான்; வளையல் களை எடுத்து அப்பால் வைத்தான். காலில் அணியும் சிலம்பை எடுத்தான்."அண்ணா! இது அண்ணியுடையதுதான்" என்று சொன்னான்.

தன் அண்ணியின் பாதத்தைத் தவிர வேறு உறுப்பை அவன் ஏறெடுத்தும் பார்க்காமல் பாத சேவை மாத்திரம் பண்ணியவன். ஆகவே பிராட்டியின் மற்ற அங்கங்களில் அணிந்து கொண்டிருந்த அணி எதையும் அவன் பார்க்கவில்லை. திருவடியில் அணிந்திருந்த சிலம்பை மாத்திரம் அடையாளம் கண்டுகொண்டான். அவன் பிறன்மனை நோக்காத பேராண்மையாளன்.

திருக்கோவையாரில் உள்ள காட்சி திருக்கோவையாரில் மாணிக்கவாசகர் ஒரு காட்சியை வருணிக்கிறார்.

ஒரு பெண் ஓர் ஆடவனிடம் தன் மனத்தைப் பறிகொடுத்து விட்டாள். ஆனால் வேறொருவனுக்கு அவளை மணம் செய்விக்க அவளுடைய பெற்றோர்கள் முடிவு செய்தார்கள். தோழியின் மூலம் தன் எண்ணத்தை அந்தப் பெண் தன் பெற்றோர்களுக்கு உணர்த்தச் சொன்னாள். "இந்தப் பிள்ளை

வேண்டாம் அம்மா! இவனைவிட வேறு ஒரு நல்ல ஆடவன் வருவான்" என தோழியும் குறிப்பாக உணர்த்தினாள். அவர்கள் கேட்கவில்லை. பெற்றோர்கள் முடிவுப்படி அந்தப் பெண் வேறு ஒருவனை மணந்து கொண்டால் அவள் கற்பு இழந்தவளாகி விடுவாள். அதைவிட அவள் உயிரை இழந்து விடலாம். தோழி, "நீ இந்த அறம் மறந்த ஊரில் இருக்கவேண்டாம். உன் தலைவனோடு இரவுக்கு இரவாகவே வேறு எங்காவது போய் விடு" என்று சொல்லி, அவள் காதலனுக்கும் தெரிவித்தாள்.

தோழியின் யோசனைப்படியே அந்தப் பெண் தன் காதலனுடன் போய் விட்டாள். விடிந்தது; வீட்டிலுள்ளவர்கள் எழுந்து பார்த்தபோது பெண்ணைக் காணவில்லை.

"எங்கே? எங்கே?" என்று தேடினார்கள். அகப்படவில்லை. தோழியைக் கேட்டார்கள். "நான் தான் அப்பொழுதே குறிப்பாகச் சொன்னேனே, அம்மா.அவளுக்கு முன்பே ஒரு காதலன் இருக்கிறான். அதைத் தெரிந்து கொள்ளாமல் வேறோர் ஆடவனுக்கு மணம் செய்விக்க நினைத்தீர்கள். அவள் கற்பை இழக்கத் துணியவில்லை" என்று சொல்லி விட்டாள்.

தன் உயிரினும் சிறந்த பெண் வீட்டை விட்டே போய் விட்டாள் என்றவுடன் பெண்ணின் தாய்க்கு மிக்க வருத்தம் உண்டாயிற்று. அவளை வளர்த்த செவிலித்தாய், "நான் போய்த் தேடிப் பார்த்து அவளை அழைத்து வருகிறேன் பார்" என்று சொல்லி வீட்டை விட்டுப் புறப்பட்டாள்.

மரம் இல்லாத பாலைவனத்தின் வழியே அவள் போய்க் கொண்டிருந்தாள். அப்போது கொஞ்ச தூரத்தில் அவளுக்கு முன்னால் ஒரு பெண்ணும் ஓர் ஆணும் வருவது தெரிந்தது. "நம் மகள்தான் வருகிறாள் போலிருக்கிறதே. அவள் கட்டியிருக்கும் புடவைகூட அதுதான்; அவளே தான்; அந்த ஆடவன்தான் அவள் காதலனோ!" என்று நினைத்தாள். "அவர்கள் என் பெண்ணும் அவள் காதலனுமாக

இருக்கக்கூடாதா" என்ற ஆசை அவள் நெஞ்சில் துடித்தது. பறந்துபோன பறவை திரும்பி வருமா?

வேறு யாரோ இரண்டு பேர்கள் ஆணும் பெண்ணுமாக வந்தார்கள். அப்பெண் அவள் பெண்ணைப் போலவே தோற்றினாள். அதே உயரம்; அதே அலங்காரம். பக்கத்தில் வந்து பார்த்தால் வேறாக இருக்கிறது. உடனே மனம் 'பக்' என்றது. அவர்களை இப்படிப் பார்த்து விட்டோமே; 'அவர்கள் தவறாக எண்ணிக் கொள்வார்களோ' என்ற நாணம் உண்டாயிற்று.

உடனே அவர்களிடம், அவர்களை அப்படி எதற்காகப் பார்த்தாள் என்பதைச் சொல்கிறாள்.

"உங்களை நான் ஏன் அப்படிப் பார்த்தேன் தெரியுமா? என் பெண்ணும் அவளுடைய காதலனும் என்று எண்ணிப் பார்த்தேன். அவர்களும் இப்படியேதான் இருப்பார்கள். அவர்கள்தாம் மீண்டும் வந்துவிட்டார்கள்" என்று எண்ணி மகிழ்ந்தேன்.

"மீண்டார் எனஉவந் தேன்கண்டு நும்மைஇம் மேதகவே
பூண்டார் இருவர்முன் போயினாரோ?"

அவர்களைப் பார்த்து, "நீங்கள் இந்த வழியாகவே தானே வந்தீர்கள்? உங்களுக்கு முன்னே உங்களைப் போலவே இரண்டு பேர் போனார்களா?" என்று கேட்கிறாள்.

அவர்களுக்கு எதிரே இருவர் போனதுண்டு. அதைச் சொல்ல அந்த ஆடவன் முந்துகிறான். கண்டதைச் சொல்ல வேண்டும் அல்லவா?

"புலியூர் எனைநின்று
ஆண்டான் அருவரை யாளியன் னானைக் கண்டேன்."

இது சிதம்பர சம்பந்தமான கோவை; ஆதலின் சிதம்பரத்தைப் பற்றிக் குறிப்பிடுகிறார். புலியூர் என்பது சிதம்பரம்.

"சிதம்பரத்தில் தன் வேலைகளை விட்டுவிட்டு என்னை ஆளும் பொருட்டு நின்று ஆட்கொண்ட சிவபிரானுக்குரிய மலையில், சிங்கத்தைப் போல இருந்த ஒரு வீரனைக் கண்டேன்."

பார்த்ததைச் சொல்ல வேண்டும் என்று ஆசை. பாட்டியோ தன் பெண்ணைப் பார்த்தாயா என்று கேட்கும் விருப்ப முடையவள். ஆனாலும் அது முறையன்று என்று, இரண்டு பேர் களைப் பார்த்தாயா என்று கேட்கிறாள். அவனோ பெண்ணைப் பற்றிச் சொல்லவில்லை. "ஆளியன்னானைக் கண்டேன்" என்று சொல்கிறான்.

அந்த அம்மாள் தேடி வந்தது தன் பெண்ணை; ஆனால் இவன் ஆணைக் கண்டேன் என்கிறான். அவள் திருப்தி அடைந்து விடுவாளா? மாட்டாள் என அவனுக்கே தெரியும்.

அவன் ஏன் அப்படிச் சொன்னான்? ஆடவனைத்தான் அவன் பார்த்தான். பார்த்ததைச் சொல்லி விட்டான். ஆனால் அவளை அவன் பார்க்கவில்லை. அதனால் அதைச் சொல்லவில்லை. அந்தச் செவிலியின் உளம் குளிர வேண்டுமே. அந்தப் பெண்ணை இவன் காதலி பார்த்திருப்பாள். அவளைச் சொல்லும்படி சொல் கிறான்.

"ஆளியன்னானைக்கண் டேன்; அயலே
தூண்டா விளக்கனை யாய்என்னை
யோஅன்னை சொல்லியதே."

"தூண்டா விளக்குப் போன்றவளே! அம்மா ஏதோ சொன்னாளே" என்று அவன் சொன்னான். அவன் அந்தப் பெண்ணைப் பார்க்கவில்லை. பார்த்தவளைச் சொல்லச் சொல்கிறான்.

"வேறு பெண்ணையே பார்க்காதவன் என்றால் அவனிடம் எதிரே நின்று இத்தனை நேரமும் பேசுபவள் பெண்தானே? அவளைப் பார்க்காமல் கண்ணை மூடிக்கொண்டுதான் பேசி னானோ?" என்று கேட்கலாம்.

அவன் எதிரே நின்றவளைப் பார்த்தான். பெண்ணாகப் பார்க்கவில்லை. தாயாகப் பார்த்தான். அது எப்படித் தெரிகிறது?

"என்னையோ அன்னை சொல்லியதே?"

என்பதில், அன்னையென்று சுட்டுவதனால் தெரிகிறது.

இப்படித் தன் மனைவி ஒருத்தியையே பெண்ணாகவும், மற்றவர்களை எல்லாம் தாயாகவும் பார்க்கும் தமிழரின் பண்பட்ட மரபை மாணிக்கவாசகர் திருக்கோவையாரில் ஒரு நாடக மாக்கிக் காட்டுகிறார்.

அம்மையும் அப்பனும்

புறத் தோற்றத்தைக் கண்டு, பொறிகளின் வயப்பட்டு அறிவு இழந்து வெங்காம சமுத்திரத்திலே ஆழ்ந்து போகின்றவர்கள் மீள வேண்டுமானால் அவர்களுடைய பார்வை மாற வேண்டும். உலகிலுள்ள பெண்களை எல்லாம் தாயாகப் பார்க்கின்ற பாவம் வர வேண்டும். அன்னையாகப் பார்க்க வேண்டுமென்றால் அன்னைக்குப் பக்கத்தில் அப்பா இருக்க வேண்டும். அப்பாவும், அம்மாவும் கலந்த கோலத்தைப் பார்த்துக் கொண்டே இருந்தால் காமத்தைப் போக்கி விடலாம். முருகனை அப்படிப் பார்த்துப் பார்த்துத் தியானம் செய்து காமத்தை வெல்லலாம். சிவப்பிரகாசர் இந்தக் கருத்தைச் **சோணசைல மாலையிற்** பாடுகிறார்.

"கண்புனல் துளிப்ப அழறபடும் இழுதிற்
கரைந்துகும் நெஞ்சில்நின் றனையே
பெண்பயில் உருவ மொடுநினைந் தனது
பெண்மயல் அகற்றும்நாள் உளதோ?"

வெங்காம சமுத்திரத்தைக் கடக்கத் தமக்கு அருளியவன் இன்னானென்று அடையாளம் கூறுகிறார் அருணை முனிவர்.

கடத்தில் குறத்தி பிரான்.

காட்டிலுள்ள குறத்தியின் தலைவன், வள்ளி மணாளனது அருளினால் கடந்தாராம். முருகக் கடவுள் என்று சொல்லாமல் வள்ளி காந்தன் என்று சொல்கிறார்.

"வள்ளி நாயகனின் அருளினால், என்னைக் கலங்க வைத்த நிலை போய்ச் சித்தத்தில் ஏற்பட்ட திடத்தையே புணையாகக் கொண்டு நான் வெங்காம சமுத்திரத்தைக் கடந்துவிட்டேன்" என்று சொல்கிறார். வள்ளி கல்யாணம் என்பது காமக் கல்யாணம் அல்ல, ஞானக் கல்யாணம் என்பதை இது புலப்படுத்துகிறது.

குமாரனும் மாரனும்

முருகனுக்குக் குமாரன் என்ற பெயர் உண்டு. மாரன் என்பது மன்மதனுக்குப் பெயர். காம உணர்ச்சியை எழுப்புகிறவன் மாரன். குமாரன் என்பதற்கு மாரனைக் குற்சிதம் செய்யும் பேரழகுடையவன் என்பது பொருள்.

முருகப் பெருமானது அவதாரக் கதை நமக்குத் தெரியும். தியானத்தில் அமர்ந்திருந்த சிவபெருமானை மன்மதன் மலரம்பை விட்டுத் தியானம் கலையச் செய்தான். நெற்றிக் கண்ணைத் திறந்து மன்மதனையே சுட்டெரித்தான் சிவபிரான். அப்புறந்தான் பார்வதி கல்யாணம் நிகழ்ந்தது. பின்பே முருகப் பெருமானின் அவதாரம். ஆகவே, முருகன் பிறப்பதற்கு முன் மன்மதன் அழிந்தான். குமார ஜனனத்திற்கு முன் மார தகனம் நடந்தது. குமாரன் எங்கே இருக்கிறானோ அங்கே மாரனுக்கு வேலை இல்லை, குமாரனுடைய அருள் இருந்தால் மாரனை வென்று விடலாம். உலகத்தில் சித்திர மாதர் மையல் வலைப் பட்டு, மனமழிந்து, பலர் துன்பத்தில் துவளுவதைப் பார்த்து வருந்தி, தாமே துன்பப்படுவது போல வாடி, "இனி எனக்குத் துன்பம் இல்லை. நான் காட்டிலுள்ள குறவள்ளி நாயகனின் அருளினால் உண்டான சித்த உறுதியையே தெப்பமாகக் கொண்டு சித்திர மாதர்களின் மேனி எல்லாம் படர்ந்து பரவி இருக்கிற வெங்காம சமுத்திரத்தைக் கடந்து விட்டேன்" எனச் சொல்கிறார் அருணகிரியார். அப்படிச் சொல்லும் வாயிலாக,

"சித்திர மாதர் மேனியைப் பார்த்து மயங்கிப் போகிறீர்களே! வெங்காம சமுத்திரத்தில் மூழ்கிப் போகிறீர்களே! அந்த ஆழமான கடலைக் கடக்க வேண்டுமானால் தெப்பம் வேண்டும். தெப்பம் குமாரனுடைய அருளால் கிடைக்கும். உலகிலுள்ள பெண்களைத் தாயாகப் பாருங்கள். தாயாகவும், தந்தையாகவும் உலகிலுள்ள ஆண் பெண்களை நீங்கள் பார்க்க வேண்டுமென்றே அவன் குறத்தியாகிய வள்ளியோடு, வள்ளி நாயகனாக வருகிறான். வள்ளி காந்தனைப் பாருங்கள்; தொழுங்கள்; அவன் அருள் உங்கள் சித்தத்தின் சலனத்தைப் போக்கி உறுதியை உண்டாக்கும்" என நல்லுபதேசம் செய்கிறார்.

கடத்தில் குறத்தி பிரான்அரு
ளால்கலங் காதசித்தத் திடத்தில்
புணையென யான்கடந்
தேன்சித்ர மாதர் அல்குற்
படத்தில் கழுத்தில் பழுத்தசெவ்
வாயில் பணையில் உந்தித்
தடத்தில் தனத்தில் கிடக்கும்வெங்
காம சமுத்திரமே.

[காட்டில் வாழ்ந்த குறமகளாகிய வள்ளியின் நாயகனாகிய முருகனுடைய திருவருளால் கலக்கமின்றி இருந்த சித்தத்தின் உறுதியினால், அவ்வுறுதியே தெப்பமாக யான், அலங்காரத்தையுடைய மாதர்களின் இரகசியத் தானமாகிய அரவுப் படத்திலும் கழுத்திலும் கோவைப் பழம் பழுத்தாற் போன்றுள்ள செம்மையான வாயிலும் மூங்கிலைப் போன்ற தோளிலும் கொப்பூழாகிய இடத்திலும் நகிலிலும் பரந்து கிடக்கும் வெவ்விய காமமாகிய கடலைக் கடந்தேன்.

கடம் - காடு. முதலில் சித்தம் கலங்குதலை ஒழிந்து பின்பு உறுதி பெற்றமையின், 'கலங்காத சித்தத்திடம்' என்றார். புணை தெப்பம். சித்தத்திடமே புணையாக என்று கொள்க. சித்திரம் அலங்காரம் வியப்பைத் தருவது எனலுமாம். படம் - பாம்பின் படம். பணை - மூங்கில்; இங்கே உவம

ஆகுபெயராய்த் தோளைக் குறித்தது. உந்தித்தடம் கொப்பூழ்ப் பிரதேசம்.தடம் - பொய்கை எனலுமாம். வெம்காமம் என்றது முறையற்ற காமத்தைச் சுட்டியது. சமுத்திரத்தைத் திடத்தினால் யான் கடந்தேன்.]

சொல்வதும் சொல்ல வேண்டுவதும்

அருணகிரி நாதப் பெருமான் வெங்காமக் கடலைக் கடப்பதற்கு இன்னது வழி என்று சொன்னதை முன் பாட்டில் பார்த்தோம். அந்த நினைப்போடு மறுபடியும் அவர் பாடுகிறார். இறைவனை நாடிச் சரண் அடைந்தால் மனத்திலே உண்டாவது திடம்; அந்தத் திடத்தைப் புணையெனக் கொண்டு காமக் கடலைக் கடக்கலாம் என்று சொன்னார்.

மனத்திலே திடம் எப்படி வரும்? இறைவன் அருளாலே திடீரென்று மனத்திலே திடம் வந்துவிடுமா?

முயற்சியும் அநுபவமும்

எந்தக் காரியமும் திடீரென்று நடந்துவிடாது. பல பல படிகளில் ஏறிய பிறகே உயர்ந்த மாடியை அடைய முடியும். முயற்சி மெல்ல மெல்ல அதிகமாக ஆக அதனால் ஏற்படும் பலனும் மெல்ல மெல்ல வளர்ந்து வரும். திடீரென்று ஒருவருக்கு உயர்ந்த நிலை வந்ததானால் அது இந்தப் பிறவியின் முயற்சியினால் வந்த பயன் என்று சொல்ல முடியாது. முற்பிறவிகளில் செய்த முயற்சிகளின் பயன் அது. முயற்சியின் அளவுக்கு ஏற்றபடி அநுபவங்களும் உண்டாகி வரும். சாப்பிட உட்கார்ந்தவனுடைய பசி, பாயசத்திலிருந்து தயிர்ச்சாதம் வரையில் சாப்பிட்ட பிறகுதான் அடங்கும் என்று சொல்லலாமா? ஒவ்வொன்றாகச் சாப்பிடச் சாப்பிட அவன் பசி மெல்ல மெல்லக் குறைந்து வரும்.

சாதனம் செய்யும்போது எந்த எந்தப் பக்குவத்தில் இருக்கி றோமோ அந்த அந்தப் பக்குவத்திற்கு ஏற்ப அநுபவம் ஏற்படும். அதனால்தான் குருநாதர் சந்நிதானத்தை அடைந்து, அவர் சொன்ன வழிப்படி மெல்ல மெல்லப் பயின்று

வரவேண்டும் என்கிறார்கள். கருவின் உபதேசம் பெற்றவுடனே முடிந்த முடிவாகிய பயன் கிடைத்து விடாது; உழைப்பின்றி ஊதியம் இல்லை.

"விரிவான நூல்களைப் பலர் எழுதியிருக்கிறார்களே; அவற்றையே நாம் குரு உபதேசமாகக் கொள்ளக் கூடாதா? குருவை நேரிலே அடைந்து உபதேசம் பெற வேண்டும் என்பது என்ன அவசியம்?" என்று சிலருக்குத் தோன்றுகிறது.

செட்டியார் விருந்து

ஒரு செட்டியார் மண்டிக் கடை வைத்திருக்கிறார். அவர் உயர்ந்த சம்பா அரிசி வியாபாரம் பண்ணுகிறார். ஊரில் உள்ளவர்கள் எல்லோரும் அந்தக் கடையில்தான் அரிசி வாங்குகிறார்கள். அரிசி வாங்கியவர்கள் அதை அப்படியே சாப்பிட முடிகிறதா? தங்கள் வீட்டிற்கு எடுத்துச் சென்று, தங்கள் குடும்பத்தின் தேவைக்கு ஏற்ப அரிசியை எடுத்துச் சமைத்துச் சாப்பிடுகிறார்கள். ஒருவர் செட்டியாருடைய விருந்தினராக அவர் வீட்டுக்குப் போகிறார். அப்போது செட்டியார் என்ன செய்கிறார்? கடையில் இருக்கும் அரிசியை எடுத்தும் தம் வீட்டிலேயே சமைக்கச் சொல்லி விருந்தினருக்கு வேண்டிய அமுது படைக்கிறார். ஊருக்கு எல்லாம் அரிசி வியாபாரம் செய்யும் செட்டியார் தம் வீட்டிற்கு வரும் விருந்தாளிக்கு அதே சம்பா அரிசியைக் கொண்டு அன்னம் படைக்கிறார்.

எல்லோருக்கும் அரிசி தருவது பொதுவான வேலை; தம் வீட்டிற்கு வருபவருக்குச் சாப்பாடு போடுவது சிறப்பான செயல். பொதுவான அநுபவத்தையும், சிறப்பான அநுபவத்தையும் தருபவர் செட்டியார் தாம். அப்படியே, பெரியவர்கள் எழுதி வைத்திருக்கும் நூல்களில் உள்ளவை பொதுவான உபதேசம். ஆனால் அவர்களிடமே நேரில் சென்றால் அவர்கள் செய்வது சிறப்பான உபதேசம். இன்ன பக்குவம் உடையவர் என்பதை உணர்ந்து அதற்கு ஏற்றபடி செய்யும் உபதேசம் சிறப்பான உபதேசம். அந்த உபதேசப்படி

நடப்பவர்களுக்கு வெவ்வேறு அநுபவம் விளையும். ஒவ்வொரு தனி மனிதனுக்கும் அவன் அவனுடைய நிலைக்கு ஏற்றபடி அநுபவம் உண்டாகும்.

பலவகைப் பயிற்சி

மாம்பழத்தை ஒருவன் நறுக்கிச் சாப்பிடுகிறான். மற்றொருவன் அப்படியே கடித்துச் சாப்பிடுகிறான். மூன்றாமவன் சாற்றைப் பிழித்து சாப்பிடுகிறான். இப்படிச் சுவைக்கும் முறை வேறு பட்டாலும் சுவைத்த பின் கிடைக்கின்ற இனிப்பாகிய அநுபவம் ஒன்றாகவே இருக்கும்.

உலகியல் சம்பந்தமான இந்திரியங்களின் அநுபவத்திலேயே இத்தகைய வேறுபாடுகள் இருக்கின்றன. அவ்வாறே இறைவன் அருள்நெறியில் செல்கின்றபோது வேறுபட்ட பல அநுபவங்கள் உண்டு. ஒவ்வொருவரும் பின்பற்றும் சாதனம் வேறு வேறாக இருக்கும். ஒருவர் எம்பெருமான் திருவுருவத்தை அகத்திலே பதித்துக் கொண்டு எப்போதும் தியானத்தில் மூழ்கி இருப்பர். மற்றொருவரோ எம்பெருமான் புகழை நல்ல நல்ல பாட்டாகக் கோத்துப் பாடிப் பரவசமாய் நிற்பர். வேறு ஒருவர் ஆண்டவன் திருவுருவத்திற்கு வண்ண வண்ண மலர்களால் அர்ச்சனை செய்து கொண்டே இருப்பர். இவ்வாறு பல படியாக ஆண்டவனை நினைந்து, வாழ்த்தி, வணங்கி அவன் திருவருளைப் பெற்றவர்கள் எத்தனையோ பேர். அகண்டமான இறைவனைக் கண்டமான உருவத்தில் வழிபடுகிறோம். அந்த உருவங்கள் பலவாக இருக்கின்றன. அதைப் போலவே அவனை அடைவதற்குரிய வழிகளும் பல. இது ஒன்றே வழி என அறுதியிட்டுக் கூற முடியாது. அவர்வர்களுடைய நெஞ்சுக்கு ஏற்பப் பல வழிகள் உண்டு.

பல மாணாக்கர்கள் ஒரே குருநாதரிடம் சென்றாலும் அவர் அத்தனை மாணவர்களுக்கும் ஒரே மாதிரியாக உபதேசம் செய்வது இல்லை. ஏனென்றால், அவர்கள் எல்லோருடைய மனமும் ஒரே விதமான பக்குவத்தில் இரா. அவரவர்களுடைய பக்குவத்தை உணர்ந்து, மனத்தின்

திண்மையை உணர்ந்து, அவர்கள் எல்லோரும் பயனடைய வேண்டுமென்ற கருணையினால் அவரவர்களுக்கு ஏற்றபடி உபதேசம் செய்வார் குருநாதர். தம்மை வந்து அடைகின்ற மாணாக்கர்கள் எந்த நிலையில் இருக்கிறார்கள் என்பதை முதலில் உணர்ந்து, அவர்கள் மேலே ஏறும் அடுத்த நிலை இன்னது என்பதைக் கண்டு அதற்கு ஏற்ற உபதேசம் செய்வார். எம்பெருமான் திருவருளைப் பெறுகிற முயற்சி உடையவர்களுக்குக் குருநாதனின் கிருபை இருந்தால் அநுபவம் வர வர உயர்ந்து வரும். அநுபவம் ஏற ஏற அவற்றின் இன்பமும் ஏறிக் கொண்டே இருக்கும். ஒரு பிடி சாப்பிட்ட உடனே அதற்கு ஏற்ற அளவு பசி தணிவது போல, அநுபவம் கொஞ்சம் பெற்ற உடனே இன்பம் தலைப்பட ஆரம்பித்து விடும். படிப்படியாகச் சாதனம் தொடங்கும் போதே முடிந்த முடிபாகிய முத்தியின்பம் கிடைக்கும் என்பது இல்லை. ஆனால் செய்யும் முயற்சி உண்மையானால் அதற்கேற்ற அநுபவம் நிச்சயமாக உண்டாகும். ஒன்றும் செய் யாமல் சும்மா இருப்பதில் பயன் இல்லை. சிறிது செய்தாலும் கூலி உண்டு.

இந்தப் பிறவியிலேயே முடிந்த முடிபாகிய இன்பத்தைப் பெற முடியாமல் போகலாம். அடுத்த பிறவிகளிலாவது கிடைக்கும் என்ற உறுதி உண்டு. உயிர் உடம்போடு வாழும் வாழ்க்கையில் இந்த உடம்போடிருப்பது ஓர் அத்தியாயம். இப்போது ஒரு நல்ல சாதனத்தைத் தொடங்கினால் அது எப்படியும் சிறந்த பயனைப் பெறும்படி செய்துவிடும். இப்போது நாம் செய்கின்ற முயற்சியின் பயன் வரும் பிறவியாகிய அடுத்த அத்தியாயத்தில் உயிரோடு ஒட்டி வரும்.

"ஒருமைக்கண் தான்கற்ற கல்வி ஒருவற்
கெழுமையும் ஏமாப் புடைத்து"

என்று வள்ளுவர் சொல்கிறார். எனவே இந்தப் பிறவியில் செய்கின்ற முயற்சி கை கூடுமோ கூடாதோ என்று நினைக்க வேண்டாம். இப்பொழுது கை கூடாவிட்டாலும் இந்த முயற்சியின் பயன் வரும் பிறவிகளிலும் தொடரும்; ஏதோ

ஒரு பிறவியில் ஜீவ யாத்திரை நிற்கும்; அழியாத இன்பம் வரும். ஆதலால் ஏதாவது ஒரு வகையில் ஈடுபட்டு இறைவன் அருள் பெறுவதற்குரிய சாதனத்தைத் தளர்ச்சியின்றிச் செய்து வர வேண்டும். கருவின் அருள் பெற வேண்டும்.

மன நலம்

மனிதனுடைய வளர்ச்சி அவன் உடம்பைப் பற்றியது அன்று; மனத்தைப் பற்றியதாகும். மனப் பண்பு வளர வளர மனிதன் வளருகிறான். மனத்தின் இயல்பு ஒன்றை விட்டு ஒன்றைப் பற்றுவதுதான். அப்படிப் பற்றுகிற மனம் எவ்வளவுக்கு எவ்வளவு உயர்ந்த பண்புடைய ஒன்றைப் பற்றுகின்றதோ அவ்வளவுக்கு அவ்வளவு அது உயரும். சாமானிய மனிதன் ஒருவன் தன் முயற்சியினால் பொதுஜனத் தொண்டனாகி, நகராண்மைக் கழக உறுப்பினனாகி,தலைவனாகி, சட்டசபை அங்கத்தினனாகி, மந்திரியாகவும் வந்துவிடுகிறான். இது போன்ற வளர்ச்சி முறை மனப் பண்பாட்டினால் உண்டாக வேண்டும். சமூகத்தாரின் கண்ணில் கீழ்ச்சாதியில் பிறந்தவன் நந்தன். ஆனால் அவனைக் காட்டிலும் உயர்ந்த வேதியர் யாராவது உண்டா? கண்ணப்பன் வேட்டுவ குலத்தைச் சேர்ந்தவன்தான். ஆனால் அவனைக் காட்டிலும் உயர்ந்தவர் யாராவது உண்டா? அவர்களுடைய மனநலம் வளர்ச்சி பெற்றது.

"மனநலம் மன்னுயிர்க் காக்கம்" என்பது குறள்.

சூர்தாஸ்

உடம்பு வளர்வதும் உறுப்பு நலனும் மனித வளர்ச்சி என்று உலகம் நினைத்து ஏமாந்து போகிறது. நான் ஒரு சித்திரம் பார்த்தேன். அது சூர்தாஸ் என்பவரின் படம். சூர்தாஸ் பெரிய கவி. அதைவிட அவர் பெரிய பக்தர். அவர் கண் இல்லாதவர். "இந்தப் பாழான உலகத்தைப் புறக்கண் கொண்டு பார்த்து மயங்க மாட்டேன். கருணை ஒளி வீசும் எம்பெருமான் திருவுருவத்தை அகக் கண் கொண்டு பார்ப்பேன்" என்று இருந்தார் போலும்! அவர் உடம்பு எலும்பெடுத்து

வளப்பமின்றி இருக்கிறது. புறப்பார்வையே இன்றிக் கையில் தம்புராவை மீட்டிக் கொண்டு பாடுகிறார். அவருக்கு முன்னே உட்கார்ந்து கொண்டு கண்ணன் மிகவும் பய பக்தியோடு அவர் பாட்டைக் கேட்கிறான். இதைப் படம் காட்டுகிறது. வெளியே அமர்ந்து கேட்டது போதாது என்று கருதி அந்த இருதயத்தின் பெருமையை உணர வேண்டுவான் போல அந்தச் சரீரத்திற்குள்ளும் நின்று கேட்கிறான். அதைப் படத்தில் காண முடியாது. பார்ப்போர்களின் மனம் உருகும் வகையில் அந்தப் படம் இருக்கிறது. அவரது உடம்பு மெலிவானது; அவருக்குப் புறக் கண் இல்லை. ஆனால் அவர் உள்ளத்திலே தான் எவ்வளவு பெரிய கண்! கண்ணனையே கண்ணாகக் கொண்ட உடம்பு அல்லவா அது?

"உருவுகண் டெள்ளாமை வேண்டும் உருள்பெருந்தேர்க்
கச்சாணி யன்னார் உடைத்து"

என்கிறார் வள்ளுவர். "புறக்கண்களால் பார்க்கும் உருவத்தைக் கண்டு மயங்காதே. தேர் பெரியது. அச்சாணி எவ்வளவு சிறியது அதுபோன்ற மனிதர்கள் இருக்கிறார்கள்" என்று கூறுகிறார். அகத்தியர் வரலாற்றைப் பாருங்கள். எம்பெருமானின் திருமணத்தின் போது வானவர்களும், பூவுலகத்தினரும் திருமணக் கோலம் கண்டுகளிக்க இமயமலைக்கு வந்து கூடிவிட்டார்கள். வடநாடு தாழ்ந்ததால் தென்னாடு உயர்ந்துவிட்டது. இதைச் சமன்படுத்த உருவத்தால் சிறுத்த அகத்திய முனிவரை எம்பெருமான் தென்னாடு அனுப்பவில்லையா? சின்னஞ்சிறு குறுமுனிவர், தமிழ் நூலை நமக்குத் தந்த குரு முனிவர், உருவைக் கண்டு எள்ளாமை வேண்டும் என்பதற்குச் சான்றாக நிற்கிறார். அகத்திய முனிவர் தனியாகத் தான் தென்னாடு வந்தார். நிலம் சமன்பட்டு விட்டது. அது அவரது உடம்பின் வல்லமையா? அவர் உள்ளம் பெரியது. மனத்தின் வன்மை அதிகமாக, திடம் அதிகமாக, பண்பு செறிந்து வளர்ந்து நிற்கும்.

முயற்சியும் பண்பும்

நம்முடைய முயற்சிகள் பயன்பெற்று வந்தால் நம் பண்பு வளர்ந்து வரும். மனத்தில் உறுதி தோன்றும். ஆண்டவனது அருள் நமக்குக் கிடைக்கும் என்ற நம்பிக்கை தோன்றும். ஆண்டவன் இருக்கிறான் என்று பிறர் சொல்லக் கேட்கிறோம். நமக்கு அதில் முழு நம்பிக்கை இல்லை. சந்தேகம் இருந்து கொண்டே இருக்கிறது. அந்தச் சந்தேகம் கழல வேண்டும். ஆண்டவன் இருக்கிறான்; காணாத குறை நம்முடையதே. அவன் எங்கே, எங்கே, எங்கே என்ற கேள்வி தொடங்கும் போது நம்பிக்கை உதயமாகும். கேள்விக் குறியைப் போட்டுக் கொண்டே போனால் பயன் இல்லை. கேள்விக்குப் பதிலை அளிக்கும் குருநாதரை அண்டி, அவர் காட்டும் நெறியிலே, சீலத்திலே ஒழுகி நின்றால் பயன் உண்டு. அப்பால், இனி நமக்குப் பயம் இல்லை என்ற நினைவு உறுதிப்படும். எடுத்த பிறவியையும் சீரணம் பண்ணி விட்டோம் என்ற எண்ணம் திடப்படும்.

மனத்திடம் என்பது ஒரு நாளில் வராது. உடற்பயிற்சி செய்பவர்களுக்கு உடல் வன்மை ஒரே நாளில் வந்துவிடுகிறதா? பயிற்சியை விடாமல் செய்யச் செய்யப் படிப்படியாகத்தான் உடல் வலுப்பெறுகிறது. அதைப் போலவே மனம் திடப்படவும் படிப்படியாக விடாமல் சாதனம் செய்ய வேண்டும். இறைவன் திருவருளை நம்பியிருந்தால் இடையில் தடை ஏற்படாது. பல காலமாக உலகத்து மாயையில் சிக்கிச் சுழன்ற மனத்தில் படிந்துள்ள பழைய வாசனை மறைய வேண்டுமென்றால் பல கால உழைப்பு வேண்டும். அந்த உழைப்பினால் பழைய வாசனை அற்றுப் போகச் செய்து, மனத்தையே நாசம் செய்பவர்கள் ஜீவன் முக்தர்கள். அத்தகைய நிலை எய்வதற்குரிய நெறியில் முதல்படி இறைவனிடத்தில் கொள்ளும் நம்பிக்கை. அந்த நம்பிக்கையினால் திடம் வரும். ஒன்றை ஒன்றாகப் பார்த்து மயங்குகின்ற தன்மை ஒழியும். அந்தத் திடம் உண்மையாக இருந்தால் அதைப் புணையாகக் கொண்டு பிறவிப் பெருங் கடலை நீந்தி விடலாம்.

அருணகிரிநாதர் சென்ற பாட்டிலே, "நான் வெங்காம சமுத்திரத்தைக் கடந்து விட்டேன்" என்று சொன்னார். அதைக் கடப்பதற்கு உரிய புணையாகிய சித்தத் திடம் அவருக்கு எப்படி உண்டாயிற்று? இந்தக் கேள்விக்குரிய விடையைத் தம் மனத்தைப் பார்த்துச் சொல்வது போல, இந்தப் பாட்டைப் பாடுகிறார்.

மனம் எதைச் செய்யவேண்டுமோ அதைச் செய்யவில்லை. எதைச் செய்யக்கூடாதோ அதைச் செய்கிறது. இப்படி உள்ள மனத்தைப் பார்த்து,

"மனமே, எங்ஙனே. முத்தி காண்பதுவே?" என இரங்குகிறார். மனம் என்ன செய்கிறது? பாலென் பதுமொழி, பஞ்சென் பதுபதம் பாவையர்கண் சேல்என்பதாகத் திரிகின்றது. அப்படியானால் அருணகிரியார் பாவையர் மொழியைக் கேட்கின்ற காதைப் பார்த்துச் சொல்லி இருக்கலாமே; பாவையர் மேனியைத் தொட்டுப் பார்க்கின்ற கையைப் பார்த்துச் சொல்லி யிருக்கலாமே, பாவையர் அழகைப் பருகுகின்ற கண்ணைப் பார்த்துச் சொல்லி இருக்கலாமே. மனத்தைப் பார்த்து ஏன் சொல்கிறார்?

மனமும் பொறிகளும்

கண் பார்க்கிறது; "நான் பார்த்தேன்" என்று சொல்கிறோம். காது கேட்கிறது; "நான் கேட்டேன்" என்று சொல்கிறோம்.

கண்ணையும் காதையும் கருவியாகக் கொண்டு 'நான்' என்பது பார்க்கிறது; கேட்கிறது. ஐந்து பொறிகள் மாத்திரம் இருந்து உயிர் இல்லாவிட்டால் இவை இயங்கா. உயிரும், கண்ணும் இருந்தால் பார்க்கலாம் என்று சொல்லலாமா? எதையோ ஒன்றை நினைத்துக் கொண்டு ஒருவன் போய்க் கொண்டிருக்கிறான். அவனுக்கு எதிரிலே போகின்ற நம்மை அவன் பார்ப்பது இல்லை. நம் மேல் அவன் கண் படாமல் இல்லை. ஆனால் அவன் மனம் கண்ணோடு ஒன்றி நம்மைப் பார்க்கவில்லை. கண்ணை வாயிலாகக் கொண்டு மனம்

இயங்கவில்லை. மனம் எதையோ நினைத்துக் கொண்டிருக்கிறது.

மனம் ஆகிய ஒன்று, கண் காது ஆகிய இந்திரியங்களை வாயிலாகக் கொண்டு இயங்கும்போதுதான் பார்க்கிறேன், கேட்கிறேன் என்றெல்லாம் சொல்கிறான். அதனால் எல்லாவற்றுக்கும் மூலமாக இருக்கும் மனத்தைப் பார்த்து, "நீ இப்படிச் செய்ய வில்லையே!" என்று சொல்கிறார்.

அது ஒரு காரியம் செய்கிறது; மற்றொரு காரியம் செய்ய வில்லை. அது செய்கிற காரியம் என்ன?

பாலென் பதுமொழி, பஞ்சென் பதுபதம், பாவையர்கண்
சேல்என்ப தாகத் திரிகின்றநீ.

நீ என்று மனத்தைச் சுட்டுகிறார். அது எப்போதும் திரிந்து கொண்டே இருக்கிறது. ஒன்றை நினைக்காமல் பலபல பொருள் களைப் பற்றி நினைந்து திரிகின்றது. மனத்திற்கு அதுதான் வேலை. மனம் வாயுவின் பகுதி; ஆகையால் அது சலித்துக் கொண்டே இருக்கிறது. ஒரு கணம் கூட ஒரு நிலையில் நிற்பதில்லை.

மனத்தை நிறுத்துவது எளிய காரியம் அன்று. பூனையை யானை ஆக்கி விடுகிறேன் என்பான். யானையை ஒட்டகமாக்கி விடுவேன் என்பான். இந்திர ஜாலவித்தை காட்டுவேன் எனப் பேசுவான். ஆனால் ஒன்றையும் பேசாமல், நினையாமல் மனம் ஒய்வாக நிற்க ஒருகணம்கூட இருக்கமாட்டான்.

"சினம் இறக்கக் கற்றாலும் சித்தியெல்லாம் பெற்றாலும்
மனம் இறக்கக் கல்லார்க்கு வாய்ஏன் பராபரமே?"

என்று தாயுமானவர் பாடுகிறார். மனத்தை அடக்கும் சித்தியே மிக மிகப் பெரிய சித்தி. இறைவன் திருவருளினால் அது கைகூட வேண்டும். அந்தச் சித்தி கைவரப் பெற்றால்

அப்போது உலகம் அவனுக்குள் அடங்கிவிடும்; இந்திரியங்கள் அடங்கிவிடும்.

மடை மாற்றுதல்

மனமோ எப்போதும் திரிந்து கொண்டே இருக்கிறது. அதை எப்படி அடக்குவது? பலவற்றைச் சிந்தித்துக் கொண்டே இருக்கும் மனத்தை, "எதைப்பற்றியும் சிந்திக்காதே" என்று எவ்வளவு பலமான கூட்டில் அடைத்தாலும் அது நில்லாது. சிந்திக்கின்ற மனத்தைச் சிந்திக்காதே எனச் சொல்வதை விட, "நல்லவற்றைச் சிந்தி" என்று சொல்வது நலம். "இறைவன் சம்பந்தமான விஷயங் களைச் சிந்தி" என்று சொல்ல வேண்டும். அதன் போக்கிலே விட்டு மடைமாற்றிவிட வேண்டும். அதனால்தான் முன்பு,

"தடுங்கோள் மனத்தை"

என்று சொன்னார், தடுப்பதாவது மடை மாற்றிடுவது. மடை மாற்றிவிட்டு மனத்தைப் போகவிட்டால், இறைவன் என்ற முளையைச் சுற்றியுள்ளவற்றையே நினைக்கச் செய்தால், மெல்ல மெல்ல உணர்வு வரும். இறைவன் திருவடியில் நின்று நிலைத்துத் தூங்கும் நிலை வரும். இறைவனோடு தொடர்புடையவற்றை நினைந்து அது மெல்ல மெல்லக் குறைய, இறைவனையே நினைக் கின்ற நினைப்பு வரும்போது மனம் நிற்கும். அதை மனோலயம் என்பர். மனோலயம் வருவதற்கு முன், பார்க்கின்ற பார்வை, கேட்கின்ற மொழி, செய்கின்ற செய்கை யாவும் இறைவன் நினைப்பிலே கொண்டுபோய் விடுவனவாக அமைய வேண்டும்.

அநுபவ வேறுபாடு

பார்க்கின்ற பொருள் ஒன்றாக இருந்தாலும் பார்க்கின்றவர் களுக்கு ஏற்றபடி அநுபவம் இருக்கிறது. ஒரு குளத்தில் தாமரை மலர்ந்திருக்கிறது. அந்தப் பக்கம் போகிற ஒரு பிள்ளை அதைப் பார்க்கிறான்; பறிக்கிறான்; இதழ் இதழாகக்

கிள்ளிக் கசக்கி எறிந்துவிட்டுப் போகிறான். ஓர் ஓவியன் வருகிறான்; அதன் வண்ணத்தையும் மலர்ச்சியையும் பார்த்துப் பார்த்து மகிழ்ந்து அப்படியே ஓவியம் தீட்ட உட்காருகிறான். ஒரு கவிஞன் பார்க்கிறான்; "இந்தத் தாமரையைப் போலல்லவா மிக்க எழிலாக, மலர்ச்சியாகப் பெண்களின் முகங்கள் இருக்கின்றன?" என்று வருணிக்கிறான். அதையே ஒரு பக்தன் பார்க்கிறான்; "இன்பத் தேனைச் சொரிந்து பக்தர்களை வா, வா என்று வருந்தி அழைக்கின்ற எம்பெருமானுடைய திருவடிகளைப் போலல்லவா வண்டு களை அழைக்கும் அரவிந்தம் இருக்கிறது?" என்று பரவசமாகி நிற்கிறான்.நினைக்கின்ற நினைப்பை நல்லதாக்கிக் கொண்டவன் பக்தன். ஆதலால் தாமரையைப் பார்க்கும் போது எம்பெருமானுடைய திருவடி மலர்களை நினைக்கிறான்.

இப்படி எங்கெங்கோ போகின்ற நினைவை மடைமாற்றி இறைவனைப் பற்றி நினைக்கப் பழகினால் கடைசியில் நேரே இறைவனை நினைக்கிற நிலைக்கு மனம் வந்து விடும்.

குழந்தையும் பசியும்

சின்னக் குழந்தை; விளையாட்டுப் புத்தியுள்ள குழந்தை; எப்போதும் வீதியிலே விளையாடிக் கொண்டிருக்கிறது. சாப்பிடுகிற வேளையில்கூட உள்ளே வராமல் விளையாடுகிறது. தாய் கிண்ணத்தில் உணவைப் பிசைந்து எடுத்துச் சென்று குழந்தையை இழுத்து வந்து ஊட்டுகிறாள். ஒரு வாய் சாப்பிடுகிறது; மறுபடியும் ஓடிவிடுகிறது. திரும்பவும் இழுத்துவந்து ஊட்டுகிறாள். விளையாட்டுத் தோழர்கள் போய் விடுவார்களே என அந்தப் பிடியை வாங்கிக் கொண்டு ஓடப் பார்க்கிறது. ஓர் அடி அடித்து, "அவர்கள் இருப்பார்கள்; சாப்பிட்டுவிட்டுப் போ" என்று தாய் அதட்டுகிறாள். தாய்க்குப் பயந்து கொண்டு உட்கார்ந்த இடத்தை விட்டு எழுந்திருக்காமல் வாயை வாயைத் திறக்கிறது குழந்தை. ஆனால் அதன் கண் வீதியிலேயே இருக்கிறது. "உம்" எனத் தாய் அதட்டுகிறாள். அவள்

முகத்தைப் பார்க்கிறது குழந்தை. அவள் கொடுக்கும் உணவை ஆடாமல் அசையாமல் சாப்பிடுகிறது.

அந்தக் குழந்தை சாப்பாட்டின் சுவையை ரசித்துச் சாப்பிடப் பழகிவிட்டால் அப்புறம் மிக்க பசி வந்த பொழுது தாயைச் சுற்றிச் சுற்றி அடுக்களையில் வருமே தவிர, விளையாடப் போ, போ என்று சொன்னாலும் போகுமா? யார் வந்து கூப்பிட்டாலும் போகாது."இன்னும் போடு; இன்னும் போடு" என்று சொல்லிக் கொண்டே உண்ணும்.

அதைப் போலப் பலபலவற்றை நினைத்துத் தாவித் தாவி ஓடிக் கொண்டிருக்கும் குழந்தையாகிய மனத்தைக் கொஞ்சம் கொஞ்சமாக மடைமாற்றி விட்டு இறைவன் சம்பந்தமான பொருளை நினைக்கச் செய்தால், பிறகு இறைவனையே நினைக்கவும், நினைத்து உறங்கவும் பழகிவிடும். பார்க்கின்ற பார்வையில், கேட்கின்ற மொழியில், செய்கின்ற செய்கையில் எப்படி இறை வன் நினைவு வரவேண்டும் என்பதைத்தான் அருணகிரியார் இந்தப் பாட்டில் நமக்குச் சொல்கிறார்.

எந்தக் காரியத்தைச் செய்தாலும், எந்த இடத்திலே இருந்தாலும் நினைப்பு நமக்கு எதில் ஊன்றி இருக்கிறதோ அதுவே முந்திக்கொண்டு நிற்கும்.

செருப்பு நினைவு

ஒரு வைணவர் பல நாள் செருப்பு இல்லாமல் வருந்தினார். ஒன்று வாங்க வேண்டுமென்று ஆசை. வறுமையினால் வாங்க இயலவில்லை. கடைசியில் வாங்கிவிட்டார். அதைப் போட்டுக் கொண்டு வரும்போது பெருமாள் கோயிலைப் பார்த்தார். பக்தி உடையவர் ஆகையினால் உள்ளே போய்ப் பெருமாளை சேவிக்க வேண்டுமென்ற ஆசை உண்டாயிற்று. ஆனால் காலிலே போட் டிருக்கும் புதுச் செருப்பை எங்கே வைப்பது? யாரிடமாவது ஒப்படைத்துப் போகலாம் என்றால் யாரும் இல்லை. சட்டெனக் கழற்றி வெளியே வைத்துவிட்டு உள்ளே போனார். விரைவில் வந்துவிடலாமென்று போனார். பட்டர், பெருமாளுக்குத் தீபாராதனை செய்ய நேரம் செய்தார்.

இவர் நினைவோ வீதியில் கிடக்கும் செருப்பில் இருக்கிறது. என்ன செய்வார்? தீபாராதனை ஆயிற்று. சடகோபம் சாதிக்க நாழிகையாயிற்று. "சீக்கிரம் செருப்புச் சாதிக்க வேணும்" என்றார். பெருமாள் சந்நிதியில் இருந்தாலும் அவருக்குச் செருப்பு மேல் ஆசை. "செருப்பு வைத்துச் சேவடி தொழுமாப் போலே" என்று வைணவ நூல்களில் வியாக்கியானத்தில் இந்த உதாரணம் வருகிறது.

நினைவு முந்துதல்

மனத்திலே எந்த நினைப்பு இருக்கின்றதோ அதுவே முந்திக்கொண்டு வரும் என்பதற்கு இது சிறந்த உதாரணம்.

இறக்கும்போது இறைவன் நினைப்பு வரவேண்டுமானால் காலையும் மாலையும் அவனை நினைந்து பழக வேண்டும். பார்க்கின்ற பொருள்களை எல்லாம் அவனோடு சம்பந்தப்படுத்திப் பார்க்க வேண்டும். அவன் உருவத்தைக் கண்டு கண்டு அதை உள் வாங்கிக்கொண்டு அகக் கண்ணால் பார்க்க வேண்டும்.

வீட்டில் குழந்தை அழுகிறது. தாய் ஏதேதோ வேலை செய்து கொண்டே இருக்கிறாளே தவிர அதைப் போய் எடுக்க வேண்டு மென்ற பரபரப்பு ஏற்படுவது இல்லை. ஆனால் குழந்தையின் அழுகுரல் வீதிப் பக்கம் இருந்து வருகிறது. அப்போது தாய் அலறி அடித்துக்கொண்டு ஓடுகிறாள்.

அதே போல இறைவனது அற்புதமான திருவுருவத்தைத் தியானம் பண்ண வேண்டுமென்ற ஆசை இருக்கிறவர்கள் அது நழுவும்போது மிக்க கவனமாகப் பார்த்துக் கொள்ள வேண்டும். நழுவாதிருக்கத் திரும்பத் திரும்ப ஓடிப்போய் அத்திருவுருவத்தைப் பார்க்க வேண்டும். பார்க்கின்ற பொருள்களிலெல்லாம் அத் திருவுருவத்தை நினைவு படுத்திக் கொள்ள வேண்டும்.

"உயிரா வணமிருந்து உற்று நோக்கி உள்ளக் கிழியில் உருவெழுதி"

என்று அப்பர் சுவாமிகள் பாடுகிறார். மூச்சுக்கூட விடாமல் எம்பெருமான் திருவுருவத்தை உள்ளத்தில் வைத்துத் தியானிக்க வேண்டும்.

அவன் உருவம் காண்பதற்கான சாதனையைப் படிப்படியாகச் செய்ய வேண்டும். அந்தத் தியானத்திற்கு எது தடையாக இருக்கிறதோ அதை நீக்குவது எளிது அன்று. ஒன்றை நினைக் கின்ற மனத்தை எதையும் நினைக்காதே என்று சொல்வதற்குப் பதிலாக, "இதை நினை" என்று சொல்ல வேண்டும்.

அப்படிச் சொல்கிறார் அருணகிரியார்.

மூன்று முறிவு

மக்களுக்குத் தாம் அநுபவிக்கும் பொருளைப்பற்றிச் சிறப் பித்துப் பேச ஆசை உண்டாவது இயல்பு. மகளிரை எத்தனையோ வகையில் வருணனை செய்யத் தெரிந்து கொண்டிருக்கிறார்கள்.

அருணகிரியார், "பாவையர்கள் பேசுகின்ற மொழியைக் கேட்டுப் பால் என்கிறாயே. அவர்களது ஒயிலான நடையைப் பார்த்து அவர்கள் பாதம் பஞ்சு என்கிறாயே. அவர்களது கண்களைப் பார்த்துச் சேல் போல் இருக்கின்றன என்கிறாயே. இந்த மூன்றுக்கும் மூன்று முறிவு சொல்லித்தருகிறேன்" என்று சொல் வாரைப் போலப் பேசுகிறார்.

அருணகிரியார் பெண்ணைப் பற்றிச் சொல்லுவன கற்புடைய மகளிரைப் பற்றியல்ல என்று முன்பே சொல்லியிருக்கிறேன். அறத்தின் வழியே இன்பம் நுகர்பவர்களைப் பற்றி அவர் சொல்லவில்லை. காமத்தினால் அலைப்புண்டு புறப்பார்வையில் மனத்தைப் பறிகொடுத்து, இந்திரியங்களின் வசப்பட்டுத் திண்டாடிச் சந்தியில் நிற்கின்றவர்களைப் பற்றியே பேசுகின்றார். கண்ணாலும், மேனி மினுக்காலும் உலகோரின் மனத்தை மயக்கும் பாவையர்களைப் பற்றியே பேசுகின்றார்.

இத்தகைய பாவையர்கள் எல்லாக் காலத்தும், எல்லா இடத்தும் இருந்துகொண்டுதான் இருக்கிறார்கள். உலகத்தில் பிறந்து வாழ்கின்ற மனிதர்கள் யாரும் இவர்கள் கண்ணில் படாமல் இருக்க முடியும் எனச் சொல்ல முடியாது. அவர்களையே பார்க்கக் கூடாது எனவும் சொல்லவில்லை. பார்க்கலாம். அதனால் தீங்கு வரக்கூடாது என்றால் என்ன செய்யவேண்டும்?

பாவையர்கள் மொழியைக் கேட்கும்போதும், ஒயிலான நடையையும் வாள் போன்ற விழியையும் பார்க்கும் போதும் இறைவனைப் பற்றிய நினைவு வரும்படி செய்ய வேண்டும். அதற்கான வழியை அருணகிரியார் இங்கே சொல்கிறார்.

பாலென் பதுமொழி பஞ்சென்
பதுபதம் பாவையர்கண்
சேலென்ப தாகத் திரிகின்ற
நீசெந்தி லோன்திருக்கை
வேல்என் கிலைகொற்ற மாயூரம்
என்கிலை வெட்சித்தண்டைக்
கால்என் கிலைமன மே,எங்ங
னேமுத்தி காண்பதுவே?

எப்படிப் பார்க்கவேண்டும், எப்படிப் பார்க்கக் கூடாது என்பதைத் தலைகீழ்ப் பாடமாகச் சொல்கிறார்.

எதிர் நிரனிறை

இலக்கணத்தில் நிரல்நிறை என்று ஒன்று உண்டு. "நான் உண்டு."நான் டவுனுக்குப் போய், மார்க்கெட்டுக்குச் சென்று, திருவல்லிக்கேணி வந்து, குடை, உருளைக்கிழங்கு, நாமக்கட்டி எல்லாம் வாங்கி வந்தேன்" என்றால், "டவுனுக்குப் போய்க் குடை வாங்கி, மார்க்கெட்டுக்குச் சென்று உருளைக் கிழங்கு வாங்கி, திருவல்லிக் கேணி வந்து நாமக்கட்டி வாங்கி வந்தேன்" என்றாகும். இப்படிக் கூட்டுவதை நேர் நிரல் நிறை என்று இலக்கணத்தில் சொல்வர். இதற்கு எதிராக இருப்பதை எதிர் நிரனிறை என்பர்.

அருணகிரியார் எதிர் நிரனிறையை வைத்து இப்பாட்டைச் சொல்கிறார்.

நமக்கு நஞ்சாக இருப்பதை, நாம் செய்யக் கூடாததை முதலில் சொல்லி, நமக்கு நன்மை அளிப்பதை, நாம் செய்ய வேண்டியதைப் பின்னே எதிர் நிரனிறையாகச் சொல்கிறார்.

எல்லாப் பெண்களைப் பார்க்கும்போதும் காம உணர்ச்சி உண்டாவதில்லை. தாயாகப் பார்க்கும் போதும் சகோதரியாகப் பார்க்கும் போதும் உள்ளத்தில் தீய கருத்து உண்டாகாது. ஆகையால் பெண்களைப் பார்ப்பதில் தீமை இல்லை. பார்க்கின்ற போது நினைக்கின்ற நினைப்புக்கு ஏற்ப நன்மை, தீமை ஆகிய விளைவுகள் இருக்கின்றன. காம ஊற்றைத் திறக்கின்ற அதே கண்தான் பக்தி ஊற்றையும் பொங்கச் செய்யும். பெண்களின் கண்ணைப் பார்த்துச் சேல் எனச் சொல்வதற்குப் பதிலாகச் செந்தில் ஆண்டவன் திருக்கரத்தில் உள்ள "வேல் என்று சொல்'" என்பது அருணகிரியார் உபதேசம்.

பாவையர்கண்
சேல்என்ப தாகத் திரிகின்ற
நீசெந்தி லோன்திருக்கை
வேல்என்கிலை.

நாம் நினைக்கின்ற நினைப்பு, பேரின்பத்திற்கு வழிகோலுவதாக இருக்க வேண்டும். பாவையர்களைப் பார்க்கின்ற பார்வை தவறானது அல்ல; ஆனால் எண்ணம் தவறானதாக இருக்கக் கூடாது; நல்லதாக இருந்தால் நன்மை பயக்கும்.

'அவர்கள் கண்ணைப் பார்த்துச் சேல் என்கிறாயே. வாள் விழி, வேல் விழி என்று வருணிப்பது இல்லையா? வேல் என்று நினை; சாதாரண வேலை நினைக்காதே; எம்பெருமான் திருக் கரத்தில் உள்ள வேலை நினை. செந்திலோன் திருக்கை வேல் என்று நினைத்தால் காமம் தோன்றாது.

'அப் பாவையர் பாதம் மென்மையாக இருக்கிறது, பஞ்சு போல் இருக்கிறது என்கிறாயே. அது நடக்கும் பாதம் அல்லவா? பெண்களின் நடை மயிலின் நடை என்பார்களே. மயில் மென்மையாக இல்லையா? பதம் பஞ்சு என்று நினைப்பதைத் தவிர்த்துக் கொற்ற மாயூரம் என்று நினைக்கக் கூடாதா?'

பஞ்சென் பதுபதம்....
என்பதாகத் திரிகின்ற
நீசெந்திலோன்...கொற்ற மாயூரம்
என்கிலை.

'அவர்களது இனிய மொழியைக் கேட்டுப் பால் என்கிறாயே. அப் பாவையரது மொழியின் இனிமை உனக்குப் பாலைத்தானே நினைவுறுத்துகிறது? எம்பெருமானின் திருவடியில் அணிந்துள்ள தண்டையின் இனிமையான ஒலி உன் நினைவுக்கு வரவில்லையே! மொழியின் ஒலியில் முருகன் தண்டை ஒலியை நினைக்கலாமே.'

பால்என் பதுமொழி....
என்பதாகத் திரிகின்ற நீசெந்திலோன்
வெட்சித் தண்டைக் கால்என்கிலை.

அவகாமமும் சிவகாமமும்

பாவையர்களைக் காண்பது தவறு அல்ல. அவர்களது இனிமையான மொழியைக் கேட்பதும் தவறல்ல. கேட்பதாலும், பார்ப்பதாலும், தொடுவதாலும் நமக்குப் பால், சேல், பஞ்சு ஆகியவை நினைவுக்கு வந்தால் உள்ளத்தில் அவகாமந்தான் எழும்பும். அவகாமம் ஒழிந்து சிவகாமம் எழ வேண்டுமானால் செந்திலோன் திருக்கை வேல், கொற்ற மாயூரம், வெட்சித் தண்டைக் கால் நினைவுக்கு வரவேண்டும். உலகிலுள்ள பொருள்களை நம்முடைய இன்பத்திற்கு உரிய பொருளாகப் பார்க்கும் வரையில் நம் உள்ளத்தடத்தில் அவகாமந்தான் பொங்கும். அவை யாவும் நமக்கு இறைவனோடு தொடர்புடைய பொருள்களின் நினைவை

எழுப்புமானால் சிவகாமம் உண்டாகும். அதனால் தானே ஞானிகள் எல்லாப் பொருளையும் சிவார்ப்பணம் செய்தார்கள்?

வரகுணன் வரலாறு

வரகுண பாண்டியன் அப்படிச் செய்தான். அவனுக்குத் திருமணம் நடந்தது. தனக்கு வாய்த்த மனையாட்டியை அவன் தனக்குரிய இன்ப அநுபவப் பொருளாகக் கருதவில்லை. தன்னிடமுள்ள எல்லாப் பொருளையும் சிவார்ப்பணம் செய்தவன் அவன். மனைவியைக் கண்டவுடன் அவள் கையைப் பற்றி அழைத்துச் சென்று ஆண்டவன் சந்நிதானம் போய், 'இந்த அழகிய பொருள் உனக்கு உரியதாகட்டும்" என்றான். சிவலிங்கம் பிளக்கவே உள்ளே இறங்கச் செய்துவிட்டு, இறைவன் ஏற்றுக் கொண்டான் என்ற திருப்தியுடன் வந்தான்.

மறுநாள் காலை ஆலயத்திற்குச் சென்ற குருக்கள் கர்ப்பக் கிருகத்தைத் திறந்து பார்த்தார். லிங்கத்திற்கு மேலே ஒரு பெண்ணின் கரம் நீட்டிக்கொண்டிருந்தது. அவருக்கு அச்சம் உண்டாகிவிட்டது. பேயோ, பிசாசோ என்று அலறிக்கொண்டு அவர் ஓடினார். மற்றவர்களும் கேட்டுத் திகிலுற்று ஓடினார்கள். இச் செய்தி வரகுண பாண்டியன் செவிக்கு எட்டிற்று. அவன் ஆலயத்திற்கு ஓடி வந்தான். எம்பெருமான் தலைக்கு மேலே தெரிகின்ற கையைப் பார்த்துத் தன் தலையில் அடித்துக்கொண்டு, "ஆண்டவனே, இந்தப் பாவி செய்த அபசாரத்தைப் பொறுத்துக் கொள்ள வேண்டும்" என்று அலறினான். பக்கத்தில் நின்றவர்களுக்கு ஒன்றும் விளங்கவில்லை.

ஆண்டவனே, உனக்கு நிவேதனமாகும் பொருளை நான் எப்படிச் சமர்ப்பிக்க வேண்டுமோ அந்த முறையில் தவறி விட்டேனே! கையைப் பற்றி அழைத்து வந்தது தவறு என்று தெரியவில்லையே! என் கைப்பட்ட அது எச்சில் என்று

ஒதுக்கி விட்டாயோ?" என்று சொல்லி அழுதான். உடனே அந்தக் கை உள்ளே போய்விட்டதாம்.

அத்தகைய பக்தி நம் உள்ளத்தில் தோன்றினால் அவகாமம் தோன்றாமல் சிவகாமம் வரும். ஆண்டவன் அருளுக்கு உரியவர்கள் ஆவோம். காணும் பொருளிலே இறைவன் நினைவை வருவித்துக் கொள்ள வழி கண்டுபிடிக்க வேண்டும்.

எங்ஙனம் காண்பது?

பாவையர் கண்ணைப் பார்த்துச் சேல் எனச் சொல்லித் திரிகின்றதை ஒழித்துச் செந்திலோன் திருக்கை வேல் என நினைத்து உருகினால், பாவையர் பதங்களைப் பார்த்துப் பஞ்சு எனச் சொல்லித் திரிகின்றதை ஒழித்துக் கொற்ற மாயூரம் என எண்ணி வியந்தால், பாவையர் மொழியைக் கேட்டுப் பால் எனச் சொல்லித் திரிகின்றதை ஒழித்துச் செந்திலோன் கால் வெட்சித் தண்டை எழுப்பும் ஒலி எனக் கேட்டு நின்றால் அந்த நினைவு நம்மை மேலே ஏற்றிவிடும். அவன் திருக்கை வேலைப் பார்த்து, கொற்ற மாயூரத்தைப் பார்த்து, அவன் வெட்சி மலரணிந்த காலில் உள்ள தண்டை ஓசையைக் கேட்டு அவன் திருவடி களைப் பற்றிக் கொண்டு தூங்கலாமே. தூங்குவதாவது தியானம் செய்தல். அதனால் இந்திரியங்கள் அடங்கி, மலம் ஒழிந்து, இன்ப துன்பமில்லாப் பெருவாழ்வாகிய முத்தி கிடைக்கும். அப்படிச் செய்யாமல் மனம் திரிகிறது.

மனமே, எங்ஙனே முத்தி காண்பதுவே?

இப்படி இருந்தால் மனமே, உனக்கு எவ்வாறு முத்தி கிட்டும்?" என்று கேட்கிறார் அருணகிரியார்.

ஆண்டவனது திருவடியைப் பற்றிக் கொள்பவர்களுக்கு அருள் கிடைக்கும். அதைப் பார்த்து, வணங்கி, அத்திருவடியிலேயே சிந்தனையைச் செலுத்தி உறங்குபவர்களுக்கு முத்தி கிடைக்கும். அவன் அருளை நாடி ஓடுகின்ற தவ முனிவர்கள்

அவன் திருவடி எங்கே என்று தேடிப் பிடித்துக் கொள்வார்கள். பக்குவம் இல்லாதவர்கள் நெடுந்தூரத்தில் இருந்தாலும், கேட்டுத் திரும்பிப் பார்த்தாவது பிடித்துக் கொள்ளட்டும் என்பதற்காக அவன் தன் திருவடிகளிலே தண்டையை அணிந்திருக்கிறான். 'ஜல் ஜல்' என்ற அந்தத் தண்டை ஒலியைக் கேட்டவுடன், "அதோ, அவன் திருவடி" என ஓடிவந்து பற்றிக் கொள்ளலாம். வெட்சித் தண்டைக் காலைக் கடைசியில் வைத்தார், அதுவே இறுதியாகப் பற்றிக்கொள்ள வேண்டியதாதலால்.

எவை நம்மை மயலில் ஆழ்த்தும் என்று எண்ணி அஞ்சு கிறோமோ அவற்றைக் காணும் முறையை மாற்றிக் கண்டால் அவைகளே முருகனை நினைக்க வழிகோலும். இந்தத் தந்திரத்தை அருணகிரியார் சொல்லித் தருகிறார். "எப்படிச் சொல்ல வேண்டுமோ அப்படிச் சொல்லாமல், வேறு விதமாகச் சொல்லி அவகாமத்திற்கு உள்ளாகி, இந்திரியங்களின் ஆட்சிக்கு உட்பட்டுத் துன்புற்றுத் திரிகின்றாயே. உனக்கு எப்படி இன்ப துன்பமில்லாத முத்தி வாழ்வு கிட்டும்?" என்று தம் மனத்தைப் பார்த்து இரங்குவார் போலப் பாடுகிறார். அப்படித் திரிகின்ற நாம் உய்வு பெற வேண்டுமென்றே அவ்வாறு பாடுகிறார்.

பால்என் பதுமொழி, பஞ்சென்
பதுபதம், பாவையர்கண்
சேல்,என்ப தாகத் திரிகின்ற
நீசெந்தி லோன்திருக்கை
வேல்என் கிலை;கொற்ற மாயூரம்
என்கிலை; வெட்சித்தண்டைக்
கால்என் கிலை; மன மே!எங்ங
னேமுத்தி காண்பதுவே?

[மனமே! 'பெண்களின் சொல் பால் என்று சிறப்பித்துச் சொல் வதற்குரியது; அவர்களுடைய அடி மென்மையுடைமையால் பஞ்சு என்று சிறப்பித்துச் சொல்லப் பெறுவது; அவர்கள் கண் சேல் போன்றது' என்று சொல்லியும் எண்ணியும் திரிகின்ற நீ,

அவற்றைக் கண்டு திருச்செந்தில் முருகனுடைய அழகிய கையில் உள்ள வேல் என்று கூறவில்லை; அவனுக்குரிய வெற்றியையுடைய மயில் என்று கூறவில்லை; அவனுடைய வெட்சியையும் தண்டையையும் அணிந்த திருவடி என்று சொல்லவில்லை; நான் எவ்வாறு முத்தியின்பத்தை நுகர்வது?

என்பது - என்று சிறப்பித்துச் சொல்லப் பெறுவது. இனிமைக்குப் பால் உவமை. மென்மைக்குப் பஞ்சு உவமை. பாவையர் என்பதை மொழி, பதம் என்பவற்றிற்கும் கூட்டுக. என்பதாக - என்று; இது தொடர்ந்து சொல்லிக்கொண்டே இருப்பதை நினைந்தபடி. செந்திலோன் மாயூரம், செந்திலோன் கால் என்று பின்னும் கூட்டுக.

மொழி பால் என்று சொல்லாமல், வெட்சித் தண்டை ஒலியை எண்ணி அந்த நினைவின் தொடர்பால் காலைக் கூறலாம்; அப்படி நீ செய்யவில்லை. பதம் பஞ்சு என்று கூறாமல், மென்மைக்கு இருப்பிடமாகிய மயிலைக் கூறலாம்; அப்படியும் நீ செய்திலை. கண் சேல் என்னாமல், வேல் என்று கூற வாய்ப்பு உண்டு; அப்படியும் செய்திலை.

இவ்வாறு எதிர் நிரனிறையாகக் கூட்டிப் பொருள் கொள்ள வேண்டும். மாயூரம் - மயில். மயூரம் என்பது இங்கே மாயூரம் என நின்றது: "கேயூர வாகும் கிரிதனையும் மானும்ஒரு, மாயூரம் நீங்காத வாமமும் (திருவானைக்காவுலா, 233) என்று பிறரும் ஆள்வர். வெட்சியும் தண்டையும் அணிந்த கால். காண்பது - நுகர்வது.]

குடிலும் வீடும்

இறைவன் திருவருளில் ஈடுபட்டுப் பெறுவதற்கு அரிய பேற்றைப் பெற்ற அருணகிரிநாதர், உலகத்து மயலில் ஆழ்ந் திருக்கும் மக்களும் எவ்வாறு அவன் திருவருளில் ஈடுபட்டு இன்பத்தைப் பெற்று உய்யலாம் என்பதற்கு மிக எளிதான வழி ஒன்றைச் சொன்னார். அதனைச் சென்ற பாட்டில் பார்த்தோம்.

பொறி இன்பம் நிலை அன்று

"இந்த உடம்போடு வாழும் வாழ்க்கை பிரத்தியட்சமாக இன்பத்தைத் தருவதாக இருக்கிறதே! இப்போது அனுபவிக்கும் இன்பத்தைக் காட்டிலும், எம்பெருமான் திருவருள் சித்திப்பதனால் பேரின்பம் உண்டாகும் என்பது மெய்யென்றால், இதை விட்டு அதைப் பெறுவதற்குச் செய்கின்ற முயற்சி வீண் அன்று. ஆனால் அது உண்மை என்பதற்கு என்ன ஆதாரம்? கண்ணால் பார்த்து அநுபவிக்கிற இன்பத்தை விட்டு விட்டுக் கண்ணாலே காண முடியாத ஒன்றை அடைய ஏன் முயற்சி செய்யவேண்டும்?" என்ற கேள்வி பலரிடத்தில் உதிக்கும். அத்தகைய கேள்வி உடம்பில் முறுக்கு இருக்கும் வரையில்தான் எழும். உலகத்தில் பல காலம் வாழ்ந்தாலும் சில காலந்தான் இந்திரியங்களின் வாயிலாகச் சுகத்தை அநுபவிக்க முடியும்.

குழந்தைகளாக இருக்கும் பருவத்தில் இன்ப துன்பப் பதிவுகள் ஏற்படுவது இல்லை. வயசு மிகுதியாகி முதுமையை அடைந்தவர்களுக்கு ஆசை இருந்தாலும் அநுபவிக்க முடியாத நிலைமை உண்டாகி விடும். உடம்பைச் சுமப்பதே

அவர்களுக்கு வெறுப்பை அளிக்கும். முதுமை முதிர முதிர உடம்பு கைவிட்டுக் கொண்டே வரும்.

முதுமையும் தளர்ச்சியும்

மரணம் அடையும்போது உடம்பு பயன்படாமற் போகிறது என்பது இருக்கட்டும். வாழும்போதே நம் உறுப்புகள் ஒவ்வொன்றாகச் செயலற்றுப் போகின்றன. நினைத்தால் பத்து மைல் நடக்கின்ற ஒருவன் முதுமை வந்தபிறகு அடுத்த வீட்டுக்குச் செல்வதற்குக் கூட முடியாமல் தவிப்பதைப் பார்க்கிறோம். எந்தப் பொருளை எடுக்க வேண்டுமானாலும் யாரேனும் ஓர் ஏவலாளனைக் கூப்பிடுகிறான். தன்னுடைய உதவிக்குப் பிறரை அழைப்பதால் வீட்டிலுள்ளவர்களே, 'கிழத்திற்கு என்ன வேலை?" என்று வெறுக்க ஆரம்பிக்கிறார்கள். அப்போது, எல்லோராலும் புறக் கணிக்கப்படுகிற நிலையில் பூமிக்குப் பாரமாக உடம்பைத் தாங்கிக் கொண்டு எதற்காக இருக்க வேண்டுமென்று நொந்து கொள்கிறான்.

உடம்பில் பலமும் கொழுப்பும் இருக்கும் வரையில் உடம்பினால் பெறுகின்ற இன்பமே பெரிதென்று தோன்றும். எத்தனைக்கு எத்தனை முதுமை கூடுகிறதோ அத்தனைக்கு அத்தனை எல்லோரும் இழிபடுத்தும் நிலைமை ஏற்படும். ஒவ்வொரு நிகழ்ச்சியும் உலகத்தில் வாழ்வதே பெரும் தவறு என்று இடித்துரைப்பது போல இருக்கும்.

உடம்பு எப்படி வந்ததோ அப்படியேதான் அழியும். பிறப்பதும் இறப்பதும் நம் கையில் இல்லை. பிறந்தவர் இறப்பர் என்பது மட்டும் உறுதி. பிறப்பதையும் கண்ணால் பார்க்கிறோம். பிறந்தவர்கள் இறப்பதையும் கண்ணால் பார்க்கிறோம். இதற்காகப் பெரிய சாஸ்திரங்களைப் படிக்க வேண்டாம். பிறப்பே எல்லாவிதமான துன்பங்களுக்கும் மூல காரணம் என்பதை ஒரு வகையில் உணர்கிறோம். பிறவாமல் இருந்தால் துன்பம் இல்லை என்றும் தெரிகிறது. பிறப்புக்கு மூல காரணம் பாவ புண்ணியச் செய்கைகள் எனப்

பெரியவர்கள் சொல்கிறார்கள். அது தெரிந்தும் வாழ்க்கையில் நாம் செய்கின்ற பாவங்கள் எத்தனையோ!

மூன்று குளங்கள்

தண்ணீர் இல்லாத குளம் ஒன்று, தண்ணீர் இருந்தும் பாசி மூடிக் கிடக்கிற குளம் ஒன்று, பாசியே இல்லாமல் படிகம் போலத் தெளிவான நீர் உள்ள குளம் ஒன்று. இவை மூன்றும் இருக்கின்றன.தண்ணீரே இல்லாத குளத்தால் பயன் இல்லை. பகுத்தறியும் ஞானம் இல்லாத விலங்கினங்கள் இந்த இனத்தைச் சார்ந்தவை. தெளிவான தண்ணீரை உடைய குளத்தைப் போன்றவர்கள் ஞானிகள். அவர்கள் எப்போதும் மாயையாகிய பாசி மூடாத ஞானம் உடையவர்கள். மற்றவர்கள் பாசி மூடிய குளம் போன்றவர்கள். பாசியை அகற்றிவிட்டால் குளத்து நீர் தெளிவடையும். ஞானம் இருந்தும் மாயையினால் மூடப்பட்டு இழி செயல்கள் செய்து வருகிற நம்முடைய நிலை தண்ணீர் இருந்தும் பாசி மூடிய குளத்தைப் போன்றது.

நம் உள்ளத்தில் எப்போதும் தெளிவு இல்லை என்று சொல்வது தவறு. வாழ்க்கை நிலையற்றது என்பது நமக்கு விளங்குகிறது. சுடுகாட்டைப் பார்க்கும் போது நாமும் இறந்து படுவோம் என்று உணர்கிறோம். மரணமில்லாப் பெருவாழ்வு வாழ வகையுண்டு என்று பெரியவர்கள் சொல்லும் போது நமக்கு அது உண்மையெனச் சில சமயம் விளங்குகிறது. ஆனால் அதற்கு ஏற்ற வகையில் உழைக்கும் ஆற்றல் நமக்கு இல்லை. முயற்சி செய்யத் துணியும் அறிவு தோன்றினாலோ அடுத்த விநாடியே மாயை என்னும் பாசி மூடிக்கொண்டு விடுகிறது.

'ஆண்டவனே, உன் அருள் தர வேண்டும்' என்று வேண்டும் உணர்வு சில சமயங்களில் பிறக்கிறது. அது எப்போதும் உறுதியாக உள்ளத்தில் நிற்பதில்லை. அடுத்த கணத்தில் மறந்துபோகிறது. இந்த மறைப்பைத் திரோதாயி என்று சொல்வார்கள். ஆண்டவன் அருளால் இந்த மாயை நீங்க

வேண்டும். அவனைச் சரண் புகுந்தால்தான் அவன் அருள் கிடைக்கும்.

உடம்பை வெறுத்தல்

பெரியவர்கள், 'உடம்பு நிலையற்றது; இந்திரியங்களினால் பெறுகின்ற சுகங்கள் நிரந்தரமான பேரின்பத்தை அளிக்க வல்லன அல்ல' என்பதை உணர்ந்து உடம்பையே வெறுத்தார்கள்.

உடம்பு எடுப்பதையே பிறவி என்கிறோம். பிறப்பு ஒழிந்தால் துன்பமில்லை. அதை ஒழிக்க என்ன செய்வது?

"மாயப் பிறப்பறுக்கும் மன்னன் அடிபோற்றி"

என்று மணிவாசகர் கூறுவர். பிறப்பை ஒழித்துப் பேரின்பத்தை நல்கும் பிரானுடைய திருவடிகளைப் போற்றிப் பற்றிக் கொண் டார்கள் பெரியவர்கள்.

நம் வீட்டில் சமையற்கட்டு இருக்கிறது. அதற்கு அப்பால் வெகு தூரத்தில் தோட்டத்திலே கொண்டு போய்க் குப்பைத் தொட்டியை வைக்கிறோம். பண்டக சாலைக்கு அருகில் குப்பைத் தொட்டியை வைப்போமா? உடம்பும் ஒருவகை வீடுதான். இந்த வீட்டில் உணவுப் பாண்டமும், மல பாண்டமும் ஒன்றுக்கொன்று பக்கத்தில் இருக்கின்றன. மனிதன் உடம்புக்குள் போவது சம்பா அரிசிச் சோறு, மலைப் பழம், கோதுமை அல்வா என்று பலவகை. வெளிப்படுவன எல்லாவற்றுக்கும் மலம் என்று ஒரே பெயர்.

"உண்டன மலமாம்"

என்கிறார் பட்டினத்தார். வெவ்வேறு விலாசத்தோடு, வெவ்வேறு மதிப்போடு உலகத்தில் எத்தனை பொருள்கள் நிரம்பியிருந்தாலும் அவை யாவும் மனிதனது உடம்புக்குள் போய் வெளி வந்தால் எல்லோராலும் அருவருத்து ஒதுக்கத்தக்க மலமாகின்றன. உடம்பின் எந்தப்

பாகத்திலிருந்து எது வெளிப்பட்டாலும் அதை வெறுக்கிறோம். உடம்பே ஒரு மல பாண்டம். இதைப் பட்டினத்தார் போன்றவர்கள் வெறுத்தார்கள்.

எத்தனையோ பேர் உடம்பை வெறுப்பதாகப் பேசுகிறார்கள். ஆனால் உள்ளத்தில் பல மாசுகள் கொண்டு உலாவுகிறார்கள். உள்ளம் பாசத்திலே ஊன்றிக் கிடக்கிறது. தம்முடைய பேச்சுக் களால் உடலை வெறுக்கின்ற அவர்கள் யாவருமே உள்ளத்தால் உடம்பை வெறுப்பது இல்லை.

உடம்பை விடாமை

உடலை வெறுப்பது உண்மையானால், முதுமையினாலும், நோயினாலும் அவதியுறுகிறவர்களுக்குத் தற்கொலை செய்து கொள்ளவா வழி இல்லை? அவர்களுக்கு உடம்பைவிட மனம் வரவில்லை; அதனால் உடம்பினால் துன்பம் உண்டானாலும் அதைத் தாங்கிக்கொண்டு வாழ்கிறார்கள்.

குடியிருக்கும் வீட்டில் ஒருவனுக்குப் பல தொல்லைகள். வீட்டுக்காரனோ தினமும் பொழுது விடிந்தால் சண்டைக்கு வருகிறான். வீட்டைக் காலி பண்ணிவிட்டுப் போ என்று விரட்டு கிறான்.மழை பெய்தால் தாரை தாரையாக வீடு ஒழுகுகின்றது.

சுற்றிலும் வீட்டுக்காரன் கட்டியுள்ள மாடுகள் அசுத்தம் செய்கின்றன. ஒரே கொசு! எந்தக் கணம் அவ்வீட்டைக் காலி பண்ணிவிட்டுப் போவோம் என்று அவனும் ஆறுமாதமாகத் துடிக்கிறான். ஆனாலும் இன்னும் காலி பண்ணவில்லை. காலி பண்ணிவிட்டு எங்கே போவான்? நடுவீதியிலா சட்டி பானையை வைத்துக் கொண்டு நிற்பான்? அவன் தனக்கென்று ஒரு வீட்டைச் சொந்தமாகக் கட்டிக் கொண்டு விட்டால், அதற்கப்புறம் ஒரு விநாடி அந்த வீட்டில் வசிப்பானா? வீட்டுக்காரன் காலி பண்ண வேண்டாம் என்று சொன்னாலும் கேட்கமாட்டான்.

அதைப்போல இப்பொழுது நாம் வசிக்கும் உடம்பாகிய வீடு துன்பத்தை அளிப்பது, இது ஓட்டைக் குடிசை என்று நமக்குத் தெரிந்தால் போதாது. இந்த ஓட்டைக் குடிசையை விட்டு வெளியேற வேண்டுமானால், இத்தகைய துன்பங்கள் இல்லாமல் பாதுகாப்புடன் வாழ்கின்ற நல்ல வீடு எங்கே இருக்கிறது எனத் தெரிந்து கொள்ள வேண்டும். அது நமக்குக் கிடைக்கும் என்ற நம்பிக்கையும் உண்டாக வேண்டும்.

வீடு என்ற சொல் விடு என்பதிலிருந்து வந்தது. விடுதல் என்பதற்குத் தங்குதல் என்று பொருள். இந்த உடம்பு உயிர் தங்குகிற வீடு; குடி. நாம் வாழ்கிற இந்தக் குடில் நமக்குச் சொந்தம் அன்று. குடியிருக்கிற வீடுதான். இதை எந்தக் கணத்திலும் விட்டு விடலாம்; என்றைக்கு நமக்கென்று ஒரு சொந்த வீடு கிடைக்கிறதோ அன்றைக்கு விட்டு விடலாம். அந்த வீடு கிடைப்பது உறுதி என்று தெரிந்து விட்டால் இந்த வீட்டைக் காலி செய்ய ஆயத்தமாக இருக்கிறோம் என்று அறிவித்து விடலாம்.

நல்ல வீடு கட்டிக் கொண்டவன் வாடகை வீட்டில் ஒரு கணம்கூட இருக்க மனம் ஒப்பமாட்டான். உயிர் உறைவதற்குப் பேரின்ப மயமான முத்தியென்னும் வீட்டைப் பெறும் உரிமையை உடையவர்கள் இந்த உடம்பாகிய பொக்கக் குடிலில் ஒரு நாழிகை கூடத் தங்க மனம் ஒப்பமாட்டார்கள். இறைவன் திருவருளால் என்றைக்கும் நிச்சயமாக இன்பத்தைத் தருகின்ற வீடு கிடைக்கு மென்ற உறுதிப்பாடு உடையவர்களுக்கு இந்த உடம்பில் வாழ் கின்ற ஒவ்வொரு கணமும் முள்மேல் இருப்பது போல் இருக்கும். மறுபடியும் இந்த உடம்பைப் பெறாமல் என்றும் மாறாத வீட்டில் வாழும் நாளை எதிர்பார்த்துக் கொண்டிருப்பார்கள். அருணகிரி நாதர் இந்த இரண்டு வீடுகளையும் பற்றிப் பாடுகிறார்.

உடம்பு நோயும் மன நோயும்

இந்த உடம்பு நோய் இல்லாமல் இருந்தால் இதிலேயே பல காலம் வாழலாம் என்று சில சமயம் தோன்றுகிறது. உடம்புக்கு நோய் வந்தால் தான் துன்பம் என்று எண்ணுவது தவறு. நோய் இல்லாத உடம்பினாலும் துன்பந்தான். நோயினால் அலைப் புண்ணுகிறவன் அதனால் ஏற்படும் வேதனையைத் தாங்கமாட்டாமல் ஐயோ ஐயோ என்று அலறுகிறான். நோயில்லாதவனோ மனம் போன போக்கெல்லாம் போய் அதனால் வருகின்ற துன்பத்தைத் தாங்க மாட்டாமல் அலறுகிறான். இந்த உடம்பு நன்றாக இருந்தால் போதாது; மனம் நல்ல வழியில் சென்றால்தான் இன்பம் உண்டாகும்; தீய வழியில் செல்லும்போது அதன் விளைவான துன்பத்தை அனுபவித்து அல்லலுறுகிறது. ஆகவே நோய் இல்லாத உடம்பைப் பெற்றோம் என்று களிப்பது முறை ஆகாது. நோய் இல்லாத மனமும் வேண்டும்.

பிறவித் துன்பம்

சின்னஞ் சிறிய இலைகளை விரித்துக்கொண்டு புல் முளைத்தது. அதைப் போய் ஆடு கடித்தது. அந்தத் துன்பத்தைச் சகிக்கமாட்டாத புல், 'ஆண்டவனே, என்னை இத்தனை சிறிய புல்லாக்கி விட்டாயே! அதனால் அல்லவா இந்த ஆடுகள் என்னைக் கடிக்கின்றன? பெரிய மரமாக நான் வளரும்படியாகச் செய்து விட்டால் இந்த ஆடு மாடுகளால் அழிக்க முடியாதே!" என நினைந்து வேண்டியது. ஆண்டவன் அதை மரமாக்கி விட்டான்.

மரமாக வளர்ந்த பிறகும் அதற்குத் துன்பம் நீங்கவில்லை. யார் யாரோ மரத்தின் மேலேறி அதன் கப்புகளையும் கிளைகளையும் வெட்டினார்கள். மரம் வலி பொறுக்க மாட்டாமல் அலறியது. அப்போது மரத்தின்மேல் ஏறியவர்கள் அங்கே ஒரு பாம்பைக் கண்டு அலறிக் கொண்டு ஓடினார்கள். அதைப் பார்த்ததும் மரத்துக்கு ஒரு நினைவு உண்டாயிற்று; 'ஆண்டவனே, புல்லாக இருந்தேன்; ஆடுகள் கடித்துத்

துன்புறுத்தின. அதனால் மரம் ஆக்கச் சொன்னேன்; மரமாக்கினாய். இப்போது என் கப்புக் கிளைகளை எல்லாம் வெட்டித் துன்புறுத்துகிறார்களே! இவர்களுக்குப் பயந்து ஓடலாம் என்றால் என்னால் நகர முடியவில்லையே! என்னை ஊர்ந்து செல்லும் பாம்பாக ஆக்கி விடக் கூடாதா?" என்று வேண்டிக் கொண்டது. ஆண்டவன் அப்படியே செய்தான். "பாம்பு பாம்பு!" என்று அதைக் கண்டு பயந்து ஓடினர் சிலர். வேறு பலர் கம்பை எடுத்துக் கொண்டு அது வெளியில் தலை காட்டும் போதெல்லாம் அடிக்க ஓடி வந்தனர். தன்னைவிட மனிதர்கள் பலமுள்ளவர்கள் என்று அதற்குத் தோன்றியது."ஐயோ! இவர்களுக்குப் பயந்து கொண்டு நான் எத்தனை காலம் உயிர் வாழ்வேன்! எல்லாவற்றையும் அடக்கியாளும் சக்தி உடைய மனிதனாக என்னை ஆக்கிவிடக் கூடாதா?" என்று அந்தப் பாம்பு இறைஞ்சியது.

இறைவன் திருவருளால் அது மனிதப் பிறவியையும் எடுத்து விட்டது. அவன் ஏழையாக அன்றாட வாழ்க்கைக்கு அல்லலுற்றான். அப்போது, "என்னைச் செல்வன் ஆக்கமாட்டாயா?" என வேண்டினான். செல்வனான பிறகு மனக் கவலை அதிகமாகி விட்டது. அவன் தேவனானான். அப்போதும் துயரம். இறுதியில், எந்தப் பிறவி எடுத்தாலும் துன்பம் உடன் வரும் என்ற உணர்வு உண்டாயிற்று.

"ஆண்டவனே, நான் என்ன என்ன வேண்டும் என்று கேட்டேனோ அவற்றை எல்லாம் தந்தாய். ஆனால் நான் கேட்டவை எல்லாவற்றாலும் எனக்குத் துன்பமே வந்தன. என்னுடைய ஆசையினாலே எல்லாப் பிறப்பும் பிறந்து இளைத்தேன்" என்று அவ்வுயிர் வருந்துகிறது.

"யாதனின் யாதனின் நீங்கியான் நோதல்
அதனின் அதனின் இலன்"

என்று வள்ளுவர் சொல்கிறார். எந்த எந்தப் பொருளோடு மனிதனுக்குத் தொடர்பு இல்லையோ அந்த அந்தப் பொருளால் அவனுக்கு வருகிற துன்பம் இல்லை. தொடர்பு

எவ்வளவுக்கு எவ்வளவு அதிகமாகின்றதோ அவ்வளவுக்கு அவ்வளவு அவற்றினால் வருகின்ற துன்பமும் அதிகமாகும். எத்தனைக்கு எத்தனை மனசிலே பற்று இல்லாமல் ஒட்டு இல்லாமல் வாழ்கிறானோ அத்தனைக்கு அத்தனை இன்பம்.

ஒரு சின்ன புல்லாக இருந்து, பெரிய தேவனான வரையில் எந்தப் பிறவியிலாவது இன்பம் உண்டா? குறையினால் இளைத்தது தவிர நிறைவு உண்டாகவில்லை. ஆகவே குறைவு உடைய இத்தகைய வாழ்க்கையை ஞானிகள் வெறுத்தார்கள். துன்பத்திற்கு மூலகாரணமாக இருக்கும் பிறவியையே வெறுத்து ஒதுக்கினார்கள்.

"புல்ஆகிப் பூடாய்ப் புழுவாய் மரமாகிப்
பல்விருக மாகிப் பறவையாய்ப் பாம்பாகிக் கல்லாய்
மனிதராய்ப் பேயாய்க் கணங்களாய் வல்லசுரர் ஆகி
முனிவராய்த் தேவராய்ச் செல்லாஅ நின்ற இத் தாவர
சங்கமத்துள் எல்லாப் பிறப்பும் பிறந்து இளைத்தேன்"

என்று மாணிக்கவாசகர் பாடுகிறார்.

சென்ற பிறவிகளை நாம் பார்க்க முடியாது. வரும் பிறவி என்ன என்றும் உணர முடியாது. ஆயினும் இப்போது உள்ள பிறவியைப் பார்க்கலாம். எப்போதாவது இந்தப் பிறவியில் நமக்கு நிறைவு உண்டாகிறதா? நன்றாகப் படிக்க வேண்டுமே என்று வேதனைப்படுகிறோம். படித்துவிட்டாலோ வேலை கிடைக்கவில்லையே என்ற குறை. வேலை கிடைத்து விட்டால் காயம் ஆகவில்லையே என்ற குறை. காயம் ஆகிவிட்டால் சம்பளம் உயரவில்லை என்ற குறை. இப்படி நாளுக்கு நாள் நம் ஆசைகளும், குறைகளும் வளர்ந்து கொண்டு போகின்றனவே ஒழிய நிறைவு எப்போதும் உண்டாவதில்லை. எப்போதும் அல்லலுறுவதாகவே உணர்கிறோம். உணர்ந்தும் உடம்பை விட்டு விட முடிகிறதா? விட்டு விட்டால் நமக்கு என்ன கதி ஏற்படுமோ என்ற அச்சம் முந்துகிறது. "இனி நமக்குக் கிடைக்கின்ற வீடு நல்லது;

துன்பம் இல்லாதது" என உணர்ந்துவிட்ட ஞானிகள் இந்த உடம்பை விடுவதற்குப் பயப்பட மாட்டார்கள்.

மரணத்துக்கு அஞ்சாதவர்கள்

உடம்பைப் பெற்றதன் பயனாக எம்பெருமான் திருவருளுக்குப் பாத்திரம் ஆகும் நெறியில் சென்று, அவன் அருளால் நிச்சயமாக இன்ப துன்பம் இல்லாத நிரதிசய ஆனந்தமயமான அவனது கழலாகிய வீடு கிடைக்கும் என்ற உறுதி உடையவர்கள், உடம்பை விட்டு உயிரைப் பிரித்து எடுத்துச் செல்கிற கூற்றுவனுக்குப் பயப் படாமல் 'மரணப் பிரமாதம் நமக்கு இல்லை' என்று சொல் வார்கள்;

"தண்டா யுதமும் திரிசூல மும்விழத் தாக்கி உன்னைத் திண்டாட வெட்டி விழவிடுவேன்... அந்தகா "

என்று எமனைப் பார்த்தே அறை கூவும் நெஞ்சுறுதி உடையவர்கள் ஆவார்கள். அப்பர்,

"நாமார்க்கும் குடியல்லாம்"

என்றார்.

"நாவலிட் டுழிதர் கின்றோம் நமன்றமர் தலைகள் மீதே "

என்று ஆழ்வார் பேசுகிறார்.

அருணகிரியார் வேண்டுகோள்

உடம்பாகிய பொக்கக்குடிலை, பொய்யான குடிசையை விட்டு, இறைவனது பேரருளினால் அவனது செக்கச் சிவந்த கழல் வீட்டைப் பெறவேண்டும். இதை வேண்டுகிறார் அருணகிரியார்.

பொக்கக் குடிலில் புகுதா வகைப்புண்ட ரீகத்தினும் செக்கச் சிவந்த கழல்வீடு தந்தருள்; சிந்துவெந்து

**கொக்குத் தறிபட்டு எரிபட்டு உதிரம் குமுகுமெனக்
கக்கக் கிரிஉரு வக்கதிர் வேல்தொட்ட காவலனே!**

பொக்கம் - பொய்."ஆண்டவனே, இன்பம் அளிப்பது போலத் தோற்றி எப்போதும் துன்பத்தையே அளிக்கின்ற இந்தப் பொய்யான குடில் எனக்கு இனி வேண்டாம். இந்தக் குடிலை விட்டு வந்துவிடு என நீ சொன்னால்தான் என்ன செய்வேன் எனக்கு வேறு வீடு எதுவும் இல்லையே! இன்ப துன்பமற்ற வீட்டை நீ கொடுக்க வேண்டும். உயிர் தனித்திருக்கும் இயல்பு உடையது அல்லவே! பாசத்தோடு ஒட்டி இந்த உடம்பாகிய வீட்டில் அது இருக்கவேண்டும். இல்லையானால் உன் பாதத் தோடு ஒட்டி முத்தி வீட்டில் வாழவேண்டும். உன் கழலே வீடு. அந்த வீட்டை எனக்கு நீ தந்தருள்வாய்" என்று பாடுகிறார்.

திருவடியே வீடு

இறைவன் திருவடியே வீடாக இருக்கும். யாரேனும் பெரியவர் இறந்துபோனால், "அவர் சிவபெருமான் திருவடி நிழல் சேர்ந்தார்" என்று பிறருக்கு ஓலை அனுப்புவது வழக்கம்.

அவர் முத்தி அடைந்தார் என்பதே அதற்குப் பொருள். நடராஜப் பெருமான் தன் திருவடியைத் தூக்கி ஆடுகிறான். சிலம்பு ஒலிக்கும் அத்திருவடியைப் பற்றிக் கொண்டால் உய்வு உண்டு. அந்தப் பதத்தை முக்தி என்று சொல்வர். "முத்தி நான்ற மலர்ப்பதத்தே நாடு" என்று சாஸ்திரம் சொல்கிறது.

"மெய்யே உன் பொன்னடிகள் கண்டு இன்று வீடு உற்றேன்"

என்கிறார் மாணிக்கவாசகர்.

"இனிமேல் இந்தப் பொய்யான குடிலில் புகுதா வகை செய்ய வேண்டும். துன்பமில்லாத வேறு ஒரு வீடு கொடுக்கிறேன் என்றால் எனக்கு இனி உடம்பாகிய வீடு வேண்டாம். என்றைக்குமே இன்ப துன்பமில்லாத வீடு ஒன்று வேண்டும்.

அது எங்கிருக்கிறது என்று எனக்குத் தெரியும். அது தாமரை போன்று இருக்கும். அதையும்விடச் செக்கச் செவேல் என்று இருக்கும். அதுதான் உன் கழல். அந்தக் கழல் வீடு தந்து அருள வேண்டும்" என்று அருணகிரியார் முருகனைப் பார்த்து வேண்டுகிறார்.

2

சிந்து வெந்து
கொக்குத் தறிபட்டு எரிபட்டு உதிரம் குமுகுமெனக்
கக்கக் கிரிஉரு வக்கதிர் வேல்தொட்ட காவலனே.

தத்துவங்கள் எல்லாம் கடந்த நாயகனாகிய எம்பெருமான், தன்னுடைய கருணைத் திறத்தினாலே முருகனாக எழுந்தருளினான். மாயையின் பிள்ளையாகிய சூரனைச் சங்காரம் செய்து, தேவ லோகத்திற்குக் காவலனாக நின்றான். அந்தக் கதையை நினைத்துப் பாடுகிறார்.

சூரசங்காரம்

உலகத்திற்கு வருகின்ற துன்பமெல்லாம் மாயா சம்பந்தத்தால் வருவன. சூரன் மாயையின் பிள்ளை. அவனால் எத்தனை துன்பம் உண்டாகியிருக்கும்!

சூரபன்மன் தேவர்களுக்கும், மற்ற நல்லவர்களுக்கும் சொல்ல முடியாத தீங்கை விளைவித்து வந்தான். அவனுக்கு ஒரு கவசம் போல் இருந்தது வெள்ளி மலை. கிரௌஞ்சாசுரனாகிய அந்த மலைக்குள் புகுந்துகொண்டு சூரன் இழைத்த அநீதிகள் சொல் லொணாதவை. அவனை வெற்றி கொள்வதற்காக எம்பெருமான் அவனோடு போரிட்ட வரலாற்றைக் கந்தபுராணம் மிக விரிவாகச் சொல்கிறது.

சூரன் பல பல உருவம் தாங்கி வந்து முருகப் பெருமானோடு போரிட்டான். கடலுக்குள் புகுந்து ஒளிந்து கொண்டான். சூரனுக்கு ஒளிய இடம் கொடுத்த சமுத்திரத்திற்குள் தன்

வேலைச் செலுத்தி அதன் நீர் வற்றிப் போகும்படி செய்தான் முருகன்.

சிந்து வெந்து.

சிந்து - சமுத்திரம். அது கொதித்து ஆவியாகி விட்டது.

அடுத்தபடியாகச் சூரன் மாமரமாக நின்றான். உலகில் உள்ள மாமரத்தின் வேர் மண்ணுக்குள்ளும்,கப்பு கிளைகள் எல்லாம் மேல் நோக்கியும் இருக்கின்றன. ஆனால் வேர் மேல் நோக்கியும், கிளை இலைகள் எல்லாம் கீழ்நோக்கியும் இருக்கும் வண்ணம் சூரன் நின்றான்.அந்த மாமரம் எரிந்தது.

கொக்குத் தறிபட்டு எரிபட்டு.

கொக்கு - மாமரம். அது தறிபட்டது; துண்டாயிற்று.பின்பு எரிபட்டது.

வெறும் மாமரமாக இருந்தால் கரியும் சாம்பலும் அதிலிருந்து வந்திருக்கவேண்டும். ஆனால் உள்ளே சூரன் இருந்தான். அதனால் உதிரம் வந்தது.

உதிரம் குமுகுமெனக் கக்க.

வேல் பட்ட மாத்திரத்தில் ரத்தம் குமுகுமெனக் கக்கிக் கொண்டு வெளியாயிற்று. மாமரமாக நின்ற சூரன் மாய்ந்தான்.

புராண வரலாறாக இருந்தால், அவன் படை அழிந்தது, பின்பு அவன் கவசம் அழிந்தது, பிறகு அவன் அழிந்தான் என்று நிகழ்ச்சிகள் வரிசையாக வரும். இது தோத்திர நூல் ஆதலால் சம்பவங்கள் அடைவாக வராமல் முன்பின்னாக வருகின்றன.

கிரிஉருவ.

சூரனுக்குக் கவசம் போல் இருந்த கிரௌஞ்சாசுரன் ஆகிய கிரி துளைப்பட்டது. அதை உருவிக்கொண்டு சென்றது வேல்.

முருகப் பெருமான், சூரனுக்குக் கவசம் போன்றிருந்த கிரௌஞ்ச கிரி பொடியாகவும், சூரனுக்கு ஒளிய இடங்கொடுத்த கடல் வற்றிப் போகவும், மாமரமாக நின்ற அவன் தறிபட்டு எரிபட்டு உதிரம் குமுகுமெனக் கக்கி அழிந்து போகவும் தன்னுடைய கையில் உள்ள வேலை விட்டான்.

கதிர்வேல்.

அந்த வேல் கதிரை உடைய வேல்; நல்ல வழியிலே செல்பவர்களைக் காப்பாற்றுவதையே தன் வேலையாக உடைய பெருமான் ஒளிமிக்க கதிர்களை உடைய தன் வேலைப் பிரயோகம் பண்ணினான். அது ஞானத்தின் உருவம்.

கதிர்வேல் தொட்ட காவலனே!

சூரபன்மனும் அவனது துணைவர்களும் அழிந்து ஒழியும்படி யாகக் கதிர்வேல் தொட்ட காவலனை நோக்கிப் பிரார்த்தித்துக் கொள்கிறார்.

"எம் பெருமானே, உன் பெருமை எனக்குத் தெரியாதா? நீ கதிரை உடைய வேலைப் படைத்த காவலன் அல்லவா? நீ தேவர்களுக்கு வாழ்வு அளித்தாய். சூரன் ஒளிந்த கடல் சுவறிப் போகும்படி செய்தாய். சூரனுக்குக் கவசம் போன்றிருந்த மலை பொடியாகும்படி செய்தாய். மாமரமாக நின்ற சூரன் உடல் தறிப்பட்டு, எரிபட்டு, ரத்தம் குமுகுமெனக் கக்க அழிந்து போகும் படி செய்தாயே! நானும் இனி உடம்பென்னும் பொய்யான னி குடிலில் புகுதாவகையில், புண்டரீகத்தினும் செக்கச் சிவந்த உன் கழல் வீட்டைத் தந்தருள மாட்டாயா?" என்று இறைஞ்சுகிறார்.

சூரன் என்பவன் அகங்காரம். கிரௌஞ்சாசுரன் மமகாரம். அகங்காரத்தை உள்ளடக்கி மமகாரம் சுற்றிச் சூழ்ந்து விரிந்து கிடக்கிறது. எம்பெருமான் திருக்கரத்திலுள்ள ஞான வேல் நமது உள்ளங்களிலும் பாய்ந்தால் மமகாரம் முதலில் ஒழிந்து, பின்னர் அகங்காரமும் நாசமாகி விடும். அகங்காரம், மமகாரம்

ஞானத்தால் ஒழிந்தால் முடிவில்லாப் பிறவியை ஒழித்து, எம்பெரு மானுடைய கழலடி பெற்று உய்வு பெறலாம். ஞானமே முருகன் திருக்கரத்தில் உள்ள வேல்.

பொக்கக் குடிலில் புகுதா
வகைபுண்ட ரீகத்தினும்
செக்கச் சிவந்த கழல்வீடு தந்தருள்
சிந்துவெந்து கொக்குத்
தறிபட்டு எரிபட்டு
உதிரம் குமுகுமெனக் கக்கக்
கிரிஉரு வக்கதிர்
வேல்தொட்ட காவலனே!

[பொய்யான குடிலைப்போன்ற உடம்பிலே இனிப் புகுந்து பிறவ! வண்ணம் தாமரையைக் காட்டிலும் மிகச் சிவந்த நின் திருவடியாகி மோட்ச வீட்டைத் தந்தருள்வாயாக. சூரன் மறைந்த கடல் தீப்பட்டு சுவறி சூரனாகிய மாமரம் துண்டுபட்டுத் தீய்ந்து, இரத்தம் குமுகு வென்று வெளிப்படவும் கிரௌஞ்சமலை உருவும்படியாகவு கதிரையுடைய வேலாயுதத்தை விட்ட காவற் பெருமானே!

பொக்கம் - பொய், வஞ்சனை. குடில் குடிசை. கழலாகிய வீடு சிந்து - கடல். கொக்கு - மாமரம். தறிபட்டு - வெட்டுப்பட்டு. தொட்ட வீசிய.]

கண்ணும் வேலும்

உடம்பு எத்தனைதான் பலம் உடையதாக இருந்தாலும், உடம்பை இயக்குகின்ற மனம் திண்மை அற்றதாக இருந்தால் அந்த உடம்பினால் பயன் இல்லை. மனத்தின் பலத்துக்கு ஏற்றபடியே மனிதன் பலம் உடையவனாகிறான்.

தவத்தின் இலக்கணம்

"உற்றநோய் நோன்றல் உயிர்க்குறுகண் செய்யாமை
அற்றே தவத்திற் குரு"

என்று வள்ளுவர் தவத்திற்கு இலக்கணம் வகுக்கிறார். தனக்கு எந்த ஊறு வந்தாலும் பொறுத்துக் கொள்ளுதல், பிறருக்குத் தீமை செய்யாமல் இருத்தல் என்று இரண்டு இலக்கணம் சொல்கிறார். முதலில் சொன்னது சகிப்புத் தன்மை. இரண்டாவது சொன்னது அகிம்சை. தனக்கு ஏற்படும் துன்பத்தைப் பொறுத்துக் கொண்டு, தனக்கு ஊறு செய்தவனுக்கும் தீங்கு நினைக்காமல் வாழ்வது என்பது நல்ல மன வலிமை உடையவர்களால்தான் முடியும். நம் குழந்தை நம்மைக் கிள்ளுகிறது. பதிலுக்கு நாம் குழந்தையையா கிள்ளுகிறோம்? நமக்கு அதன்மேலுள்ள அன்பால் அதனை அணைத்துக் கொள்கிறோம். அதைப் போல பண்புடைய மக்கள் எல்லா மக்களையும் அன்புடன் நேசிப்பதனாலே அவர்களால் தங்களுக்கு வருகின்ற துன்பத்தைப் பொறுத்துக் கொள்ளும் இயல்பு உண்டாகும். திரும்ப அவர்களுக்கு எவ்விதமான தீங்கும் செய்யாமல் அவர்களை அணைத்துக் கொள்கிறார்கள். இப்படி வாழ்வது துறவிகளுடைய நிலைமை.

தவமுனிவரின் படைகள்

தவவேடம் தாங்கி, தவநெறியில் சென்று எப்போதும் இறைவனையே தியானம் செய்து வாழ்கின்ற துறவிகளுக்குப் பல படைக்கலங்கள் துணையாக இருக்கின்றன. அவர்களுக்குத் தாடி ஒரு படை. உடம்பில் பூசியிருக்கும் விபூதி ஒரு படை, இடையிலே அணிந்துள்ள ருத்திராட்சம் ஒரு படை. பகைவர்கள் இவற்றைக் கண்டு அஞ்சி நடுங்குவார்கள்.

மனவலிமை

புறத்திலே துறந்தவர்கள் போலக் கோலங் கொள்வது அகத்திலே கொண்ட திண்மைக்கு அடையாளம். மனத்திற்குள் துறவுத் தன்மை இன்றி வெறும் புறக்கோலம் மாத்திரம் இருந்தால் அவர்கள் துறந்தவர்கள் ஆகமாட்டார்கள். உள்ளே பலம் இன்றிப் புறப்படையினால் பயன் இல்லை.

"மனத்தகத்து அழுக்கறுத்த மௌன யோக ஞானிகள்
முலைத்தடத் திருப்பினும் மனத்தகத் தழுக்குறார்"

என்று பேசுகிறார் சிவ வாக்கியர். மனசிலே மாசு இல்லாதவர்கள் மகளிருக்கு அருகில் இருந்தாலும், அவர்களுடைய மார்பிலே பழகினாலும் மனத்திலே அழுக்கு உறாமல் இருப்பார்களாம். அவர்களே உண்மை ஞானிகள். "அப்படி உண்டா?" என்று கேட்கலாம். குழந்தைகள் இருப்பது இல்லையா? பெண்களின் மார்பிலே கிடக்கிற குழந்தைகளுக்குக் காம உணர்ச்சி உண்டாவதில்லை. அந்த நிலையில் இருப்பவர்கள் உண்மை ஞானிகள். அவர்கள் எல்லாவற்றையும் துறந்தவர்கள்; புலன்களை எல்லாம் வென்றவர்கள்.

தாக்கும் படை

அவர்களையும் கெடுக்கப் பார்க்கிறார்கள் பொல்லாதவர்கள். தவம் செய்கின்றவர்களைக் கெடுக்கப் பொல்லாதவர்கள் இந்தக் காலத்தில்தான் இருக்கிறார்கள் என்பது அல்ல; அந்தக்

காலத்திலும் இருந்தார்கள். அந்தப் பொல்லாதவர்களின் படை திறமையாக வேலை செய்கிறது. முனிவர்கள் பொறிகளை அடக்கியவர்கள்; புலன்களுக்குரிய இன்பங்களை வேண்டாம் என்று உதறிவிட்டு ஓடிவந்தவர்கள்; உடலின்பத்தை நீங்கி நின்றவர்கள். தவவேடம் தாங்கிய வீரர்களாகிய அவர்களைத் தாக்குவதற்கு வருகின்ற படை கண்; மகளிருடைய கண். அது எங்கே தாக்குகிறது? வாய்ப்பான இடம் என்று பார்த்துத் தாக்குகிறது.

பழைய காலத்துக் கதைகளில் ஒரு செய்தி வரும். அசுரர்களோடு போராடும்போது அவர்களை எந்த எந்த வகையில் கொன்றாலும் சாகாமல் திரும்பத் திரும்பப் பல வித உருவங் களை எடுத்துக் கொண்டே இருப்பார்களாம். அவர்களுடைய உயிர்நிலை இருக்கும் இடம் எது என்று அறிந்து அங்கே தாக்கிக் கொல்வார்களாம்.

அதேபோல இந்தக் கண் என்ற படை யாருடைய மனம் பலவீனமாக இருக்கிறது என்று பார்த்துப் போய்த் தாக்குகிறது. தாக்கும்போது அவர்களுடைய புறக்கோலத்தைக் கண்டு அஞ்சாமல் தாக்குகிறது.

விசுவாமித்திரர் கதை

விசுவாமித்திரருடைய தவவேடத்தைக் கண்டு மேனகை அஞ்சவில்லை. குலத்திற்குப் பழக்கமான தொழில் அந்தக் குவத்தில் வந்தவர்களுக்கு அருமையாக இராது. இயற்கையாகவே குலத் தொழிலைச் செய்யும் ஆற்றல் அவர்களிடத்தில் உண்டாகி விடும். வேறொரு குலத் தொழிலைச் செய்ய வேண்டுமென்றால் மிகுதியாக உழைத்துப் பயில வேண்டும். கற்றுவிட்டால் பரம்பரை பரம்பரையாக அந்தத் தொழிலைச் செய்பவர்களைக் காட்டிலும் மிகத் திறமையாகச் செய்வார்கள். க்ஷத்திரிய குலத்தில் பிறந்தவர் விசுவாமித்திரர்; கௌசிகன் என்ற பெயரோடு பெரிய சாம்ராஜ்யத்தை ஆண்ட சக்கரவர்த்தி. வாளெடுத்துப் போர் செய்யும் மரபில் உதித்த அவருக்கு,

காட்டில் போய் உட்கார்ந்து கொண்டு தவம் செய்யும் ஆற்றல் இயல்பிலே உண்டாகாது. நாட்டைத் துறந்து, அரசாட்சியைத் துறந்து, அரசனுக்குரிய இன்பத்தைத் துறந்து, வன விலங்குகளிடையே உறைந்து கடுமையான தவம் செய்தவர் விசுவாமித்திரர். தவம் செய்ய வேண்டுமென்ற எண்ணம் அவருக்கு உண்டானது எப்படித் தெரியுமா?

ஒருநாள் தன் பெரும்படைகளுடன் கௌசிக அரசன் காட்டுக்குப் போனான். அங்கே வசிஷ்டர் தவம் செய்து கொண்டிருந்தார். அரசன் தன் பரிவாரங்களுடன் காட்டுக்கு வருகிறான் என்று உணர்ந்தவுடன் வசிஷ்டர் மரியாதையுடன் வரவேற்று அவனுக்கும் அவனுடைய பரிவாரங்களுக்கும் விருந்து அளிக்க நினைத்தார். தம் கருத்தை மன்னனிடம் தெரிவித்தார்.

கௌசிக மன்னனுக்குச் சிரிப்பு வந்தது. 'காட்டில் வாழும் முனிவர், தம்முடைய உணவுக்கே வழியில்லாமல் காய் கிழங்குகளைத் தின்று கொண்டு வாழ்பவர், நமக்கும் நம் பரிவாரங்களுக்கும் விருந்து வைப்பதா? இது என்ன ஆச்சரியம்?' என்று எண்ணினவனாய், "அப்படியே தங்கள் விருந்தை நாங்கள் மனமுவந்து ஏற்றுக்கொள்வோம்" என்று சொன்னான்.

சாப்பாட்டு நேரம் வந்தது. "இலை போடலாமா?" என்று கேட்டார் வசிஷ்டர். "போடுங்கள்" என்று இசைந்தான் கௌசிகன்.

அடுத்த கணம் வசிஷ்டர் தேவலோகத்துப் பசுவாகிய காம தேனுவை ஏவினார். அது வந்தது. அத்தனை பேர்களுக்கும் இலை போட்டார்கள்; அறுசுவை உண்டி பரிமாறினார்கள்.

அத்தனை பேர்களுக்கும் உணவு கிடைத்தது கிடக்கட்டும். இத்தகைய விருந்தை இத்தனை நாள் வரையில் கௌசிக அரசன் உண்டதே இல்லை. விருந்து நுகரும் போதே அவன் மனத்தில் கெட்ட எண்ணம் தோன்றியது. அவன் க்ஷத்திரியன்; தன்னுடைய படை வீரத்தினால் பகைவர்களின் நாட்டைப்

பற்றும் ஆசை ஊறிய உள்ளம் உடையவன். இந்தக் காமதேனுவை நாம் பிடித்துக் கொண்டு போய்விட்டால் என்ன? நமக்கு வேண்டிய செல்வம் எல்லாம் இதனால் கிடைக்குமே! இந்த முனிவரிடம் கேட்போம். கொடுக்க மறுத்தால் இருக்கவே இருக்கின்றன, நம் படைகள். 'இவரை அடக்கிவிட்டு இதைப் பிடித்துக் கொண்டு போய்விடுவோம்' என்று எண்ணினான். வசிஷ்டரிடம் போய், "சுவாமி, நீர் அளித்த விருந்துக்கு நன்றி; அந்தப் பசு உமக்கு எதற்கு? எனக்கு வேண்டும்" என்று கேட்டான்.

வசிஷ்டர் அதை எப்படி அனுப்புவார்? "அரசே! உனக்கு ஏற்பட்ட ஆசை தகாது. இருந்தாலும் உன்னால் முடியுமானால் அதை ஓட்டிக்கொண்டு போகலாம்" என்று சொல்லிவிட்டார்.

"சரிதான். நானே ஓட்டிப் போகிறேன்" என்று சொல்லிக் கௌசிகன் காமதேனுவைப் பிடிக்க நெருங்கினான். அப்போது அது தன் உடம்பைக் குலுக்கிற்று. அந்த ஒரே குலுக்கலில் எண்ணற்ற வீரர்கள் கீழே குதித்துக் கௌசிக மன்னனையும் அவன் படைகளையும் அடித்துத் துரத்திவிட்டார்கள். காமதேனு தேவலோகத்திற்குப் பறந்து போய்விட்டது.

ஏமாற்றத்தால் கௌசிக மன்னன் கண்கள் சிவந்து விட்டன. "அடே! தாடி வைத்துக் கொண்டிருக்கும் இந்த முனிவனுக்கு இவ்வளவு அகந்தையா? அந்த மாட்டைத் தானே பிடித்து என்னிடம் கொடுக்க வேண்டியது இருக்க, என்னைப் பிடித்துக் கொண்டு போ என்று சொல்லி எனக்குத் தோல்வியை உண்டு பண்ணிவிட்டு இவன் உட்கார்ந்து தவம் செய்வதா? இவனையே என் படைப்பலம் கொண்டு அடித்துக் கொல்கிறேன் பார்" என்று பெரும்படையுடன் வசிஷ்டருடைய ஆசிரமத்தைத் தாக்க ஆரம்பித்தான்.

வசிஷ்டர் புன்னகை புரிந்தார். தம்முடைய கையில் இருந்த தண்டத்தைத் தமக்கு முன்னால் ஊன்றி அப்படியே உட்கார்ந்தார். எத்தனை எத்தனையோ விதமாகக் கௌசிகன்

போரிட்டான். அவனுடைய படைகளை எல்லாம் வசிஷ்டருக்கு முன்னால் இருந்த தண்டம் விழுங்கிவிட்டது.

அப்போது நினைத்தான் கௌசிகன்: "சீ சீ என்னுடைய உடல் பலத்தினால் பயன் இல்லை. என்னிடமுள்ள பெரிய படைப்பலத்தினாலும் பயன் இல்லை. பெரிய நாட்டுக்கு நான் அரசனாக இருப்பதனாலும் பயன் இல்லை. என்னிடம் இருக்கும் செல்வத்தில் அணுவளவுகூட இல்லாத இந்த முனிவர் அவ்வளவு செல்வமும் தோற்றுப் போகும்படி செய்துவிட்டாரே! என் படைகள் எல்லாம் பயன் இல்லாமல் போகும்படியாகச் செய்தவரிடம் இருக்கும் படை ஒன்றே ஒன்றுதான். அது இவருடைய தவம். அந்தத் தவத்தை நான் இனிச் செய்வேன். எனக்கு நாடு வேண்டாம்; அரண்மனை வேண்டாம்; பெண்டு பிள்ளைகள் வேண்டாம்; மந்திரிகள் வேண்டாம்; படை வீரர்கள் வேண்டாம். இந்தக் கணமே எல்லாவற்றையும் துறந்துவிட்டு வசிஷ்டரைப் போலக் காட்டுக்குச் சென்று தவவலிமை உடையவன் ஆவேன்" என்று உறுதி பூண்டு எல்லாவற்றையும் துறந்து காட்டிற்கு ஓடிவந்தான் கௌசிக மன்னன். தன் குலத்திற்கு இயல்பல்லாத தவத் தொழிலை மேற்கொண்டு முனிவன் ஆனான். அவனுடைய திறமை எவ்வளவு சிறப்பானதாக இருக்கவேண்டும்!அவனே விசுவாமித்திர முனிவர்.

'மிகக் கடுமையாகத் தவம் செய்யலானார் விசுவாமித்திர முனிவர். அந்தத் துறவியின் தவத்தைக் கண்டு இந்திரனே நடுங்கினான். எப்படியாவது இவர் தவத்தைக் கலைத்துவிட்டால் நல்லது; என்ன செய்யலாம்?' என்று யோசித்தான்.

முனிவரின் தவத்தைக் குலைக்க வேண்டுமானால் அவரது மன உறுதியைக் குலைக்கும் ஆற்றலைப் பெற்ற படையை அனுப்ப வேண்டும். துறவியின் உள்ளத்தையும் தகர்க்கும் படை கண் தான். வாள் போன்ற கூர்மையான கண்ணை உடைய தேவலோகத்து மாதர்களில் ஒருத்தியான

மேனகையை அனுப்பி வைப்போம் என்று தீர்மானித்தான்; அப்படியே செய்தான்.

தன் கூர்மையான விழிகளை உருட்டிக் கொண்டு மேனகை விசுவாமித்திரரின் அருகில் வந்து நடனம் ஆடினாள். சதங்கைச் சத்தத்தைக் கேட்டவுடனேயே, "சீ சீ! என் தவத்தைக் குலைக்கும் படை வந்துவிட்டதே! இதற்குத் தோற்றுப் போகக் கூடாது. அவளைக் கண்ணால் பார்க்கக் கூடாது; பார்க்கக் கூடாது" என்று விசுவாமித்திரர் தம் கண்களை இறுக மூடிக்கொண்டார். மேனகையின் சதங்கை ஒலி அவர் உள்ளத்தைப் பிடித்துப் பிடித்து இழுத்தது. "அவளைப் பார்க்கக் கூடாது, பார்க்கக் கூடாது" என்று அவர் எவ்வளவுக்கு எவ்வளவு எண்ணினாரோ அவ்வளவுக்கு அவ்வளவு அவர் உள்ளம் மிக வேகமாகத் துடித்தது; படபட வென்று அடித்துக் கொண்டது. கண் மெல்லத் திறந்து பார்க்க ஆரம்பித்தது. பார்த்தபோது அவர் நெஞ்சு பதைத்தது. அந்த மகாமுனிவரின் பக்கத்தில் வந்துவிட்டாள் மேனகை. "இது என்ன கோலம்? என்னைப் பாருங்கள்! கண்ணுக்கு எதிரே கிடைக்கும் இன்பத்தை உதறலாமா?" என்பதைப் போல அவள் கண் கெஞ்சிக் கொண்டே அவரது உள்ளத்தில் ஊடுருவிப் பாய்ந்து விட்டது. முதலில் கண்ணைத் திறந்தார். விசுவாமித்திரர். அவளைப் பார்த்தவுடனேயே அவரது உள்ளமும் திறந்துவிட்டது. அந்தத் துறவியை வளைத்துப் பிடித்து, அவரது நெஞ்சம் பதைக்கப் பதைக்க வதைத்தது மேனகையின் கண். விசுவாமித்திரர் மேனகையின் கையைப் பிடித்துக் கொண்டு விட்டார். அவளுடைய கண்ணாகிய வாட் படைக்கு இளைத்துத் தவித்துத் தோற்றுப் போய் விட்டார் அவர்.

பலகாலமாகத் தாம் ஆண்ட பெரிய அரசையே வேண்டாம் என்று துறந்து விட்டு வந்த துறவி அவர். பல காலமாகத் தாம் அநுபவித்த அரண்மனை இன்ப போகங்களை வேண்டாம் என்று துறந்துவிட்டு வந்தவர் அவர். பஞ்சு மெத்தை வேண்டாமென்று கானகத்துக் கட்டாந்தரையைத் தேடி ஓடி வந்த துறவியை, பட்டுப் பட்டாடைகள் எல்லாம்

வேண்டாமென்று மரவுரி தரித்துத் தம் உடம்பையே சுமையாகத் தூக்கி வந்த துறவியை, மேனகையின் கண் படை என்ன செய்துவிட்டது! அவரது உள்ளத்தை வளைத்துப் பிடித்துப் பதைக்கப் பதைக்க வதைத்து இளைத்துத் தவிக்கும்படி செய்துவிட்டது. தாடியாகிய படை வைத்திருந்தார்; காவி உடை யாகிய படை வைத்திருந்தார்; வெண்ணீறு ஆகிய படை வைத்திருந்தார்; ருத்திராட்சமாகிய படை வைத்திருந்தார்; தண்டு கமண்டலம் ஆகிய படை வைத்திருந்தார். அத்தனையும் தோற்றுப் போகும்படி செய்து, அவை எல்லாவற்றுக்குமே தலைக்குனிவை உண்டு பண்ணிவிட்டது அந்தக் கண்ணாகிய ஆயுதம். அதற்குக் கிடைத்த வெற்றி தான் சகுந்தலையின் அவதாரம்.

விசுவாமித்திரர் வசிஷ்டரது தவ வலிமை தமக்கும் வர வேண்டும் என அரசை விட்டு ஓடி வந்து பயன் என்ன? அரண் மனையை விட்டு ஓடி வந்து பயன் என்ன? நாடு நகரம், அரண்மனை, அந்தப்புரம் ஆகிய இன்ப போகங்களை எல்லாம் வேண்டாமென்று துறந்துவிட்டு வந்து பயன் என்ன? அவரை மேனகையின் கண்ணாகிய படை எளிதில் தோல்வியுறச் செய்து விட்டது. மறுபடியும் தவம் செய்தார்.

அத்தகைய மாமுனிவரே தோற்றுப் போய்விட்டார் என்றால் சாதாரண மக்களைப் பற்றி என்ன சொல்ல முடியும்? மங்கையர் கண்ணாகிய படையிலிருந்து தப்ப வேண்டுமென்றால் அதையும் விட மிக்க வலிமை உடைய ஆயுதம் நமக்குத் துணையாக வேண்டும். மாரனைச் சங்காரம் செய்த பிறகு தோன்றிய குமாரன் கை வேற் படை துணையாக வந்து ரட்சிக்க வேண்டும் என்று அருணகிரியார் சொல்கிறார்.

வதைக்கும் கண்ணார்

துறந்தோர் உளத்தை
வளைத்துப் பிடித்துப் பதைக்கப்
பதைக்க வதைக்கும் கண்ணார்க்கு

**இளைத்துத் தவிக்கின்ற என்னைஎந்
நாள்வந்து இரட்சிப்பையே?**

துறந்தோர் - எல்லாவிதமான இன்ப போகங்களையும் துறந்தவர்கள். உளத்தை காம நினைவு உடைய மனசை. அதனை வளைத்துப் பிடித்துப் பதைக்கப் பதைக்க வதைக்கும் படையை உடையவர்கள் மங்கையர்கள். பிறர் உள்ளத்தில் காமத்தைக் கொப்புளிக்கும்படியாகச் செய்கின்ற அலங்கார மாதர்கள் இவர்கள்.

இளைத்துத் தவிக்கின்ற என்னை.

'அவர்களுக்கு முன்னாலே மனோபலம் இழந்து இளைப் புற்றுத் தவிக்கின்றேன் நான்; உள்ளத் திண்மை எல்லாம் போய்த் தவிக்கின்றேன். என்னை நீ காப்பாற்ற வேண்டும். நான் அந்தப் படையை வென்று தலை நிமிர்ந்து நிற்கும்படியாக அருள வேண்டும்.

எந்நாள் வந்து இரட்சிப்பையே?

"எத்தனை தவம் உடையவர்களானாலும் அவர்கள் உள்ளத்தில் மகளிரது கண்ணாகிய படை நுழைந்து சிவ காமத்தை ஒழித்து, அவகாமத்தை எழுப்பி விடுகிறதே! அதனால் தவிக்கிறேன்! என்னை எப்போது வந்து பாதுகாப்பாய், அப்பா?" என்று அருணகிரியார் பாடுகிறார்.

அவர் கருணை

ஆண்டவன் அவரை ரட்சிக்கவில்லையா? அவரை ரட்சித்து விட்டான். பிரபஞ்சச் சேற்றைக் கழியவிட்டு, வெங்காம சமுத்திரத்தைக் கடக்க அவருக்குத் திடம் அருளினான். அவனுடைய அருளைப் பெறாமல் நாம் தவிக்கின்றோம் என்கின்ற பெருங் கருணையினால் நாம் சொல்ல வேண்டிய விண்ணப்பத்தை அவர் இப்போது வெளியிடுகிறார். அந்தப் பாட்டில், "நீ இப்படிச் சொல்ல வேண்டும்" என்று எழுதியிருந்தால், நாம் அதைச் சொல்லும்போது அப்படியே,

"நீ இப்படிச் சொல்ல வேண்டும்" என்பதையும் சேர்த்துச் சொல்ல நேரிடும். எது நாம் சொல்ல வேண்டியது, எது நமக்கு அருணகிரியார் கூறும் அறிவுரை என்று வேறுபாடு தெரியாமற் போகும். அதனால், "நீ இப்படிச் சொல்" என்று தனியே நமக்கு ஒரு குறிப்பை வைக்காமல் தம்முடைய நிலைக்காகவே பாடுவது போலப் பாடிக் கொடுத்திருக்கிறார் பெருங் கருணை வள்ளல் அருணகிரியார்.

இந்த வேண்டுகோளை முருகனைப் பார்த்துச் சொல்கிறார்.

2

கிளைத்துப் புறப்பட்ட சூர்மார்
புடன்கிரி ஊடுருவத்
துளைத்துப் புறப்பட்ட வேற்கந்தனே!

அஞ்ஞானத்தால் காமம் முதலிய படைகள் அடுத்தடுத்து வந்து தாக்கித் துன்புறுத்துகிறபோது மனிதன் தன் தைரியத்தை விட்டுவிடுவான். அந்தப் படைகளிடமிருந்து தன்னைப் பாதுகாத்துக் கொள்ள வேண்டுமானால் ஞானம் வேண்டும். அந்த ஞானமே உருவானது வேல். வேலின் துணை இல்லையானால் மகளிரது கூர்மையாகிய கண் படைக்கு அகப்பட்டுப் பதைத்துப் பதைத்து இளைத்துத் தவிக்கின்ற நிலை மாறாது.

நச்சுக் கண்

"கண்ணார்க்கு" என்று சொல்லும்போது அருணகிரியார் கற்புடைய மகளிரது கண்களைக் குறிப்பிடவில்லை. முன் பாடல்களிலே சொன்னது போலப் பொது மகளிரைப் பற்றியே நினைந்து இங்கும் கூறுகிறார். கற்புடைய பெண்ணரசிகளை அவர் மிக மிக உயர்வாகச் சொல்வாரே அன்றித் தாழ்வாகச் சொல்ல மாட்டார்.

கண்ணார்க்கு

என்பது கண்ணிலே நஞ்சை உடைய அலங்கார மாதர்களுக்கு என்று பொருள் கொள்வதற்குரியது. அவர்களுடைய பார்வை மென்மையானதுதான். ஆனால் அது வன்மையான உள்ளத்தை உடைக்கும் ஆற்றலுடையது. அந்தக் கண் படையை வெல்வதற்கு உலகத்தில் நாம் பெற்றிருக்கும் இரும்புப் படை எதுவும் பயன்படாது. இரும்பினால் குத்திய புண்ணை மருந்து போட்டு ஆற்றி விடலாம். ஆனால் கண்ணால் குத்தி உண்டான காமப் புண்ணை வேறு எதனாலும் மாற்ற முடியாது. அதற்கு முருகனது வேற் படை வேண்டும். வேல் உருவத்திலே ஆண்டவன் ஞானத்தை வைத்திருக்கிறான்.

ஞான சக்தி

மிட்டாய்க் கடைக்குத் தந்தையார் குழந்தையை அழைத்துக் கொண்டு போகிறார். அங்கே பல பல உருவங்களிலே மிட்டாய்கள் இருக்கின்றன. அவை யாவும் சர்க்கரையினால் ஆனவைகளே. அவற்றைப் பிட்டு வாயில் போட்டால் சர்க்கரையின் சுவைதான் கிடைக்கும். ஆனால் பார்வைக்குக் குதிரையாக இருக்கிறது; கூஜாவாக இருக்கிறது. அதைப் போலப் பல பல உருவத்திலே ஞானம் முருகனிடம் இருக்கிறது. எம்பெருமான் திருக்கரத்தில் அது வேலாக விளங்குகின்றது. அறியாமையைப் போக்குவது ஞானம். காமம் அறியாமையின் விளைவு; அதைப் போக்குகின்ற ஞானம் வேலின் உருவமாக முருகவேளின் திருக்கரத்தில் படையாக விளங்குகின்றது. அவனுக்கு ஞான சக்திதரன் என்ற நாமம் உண்டு.

நம்முடைய முயற்சியும் ஆண்டவனிடத்தில் பக்தியும் அவன் வேலின் நினைவும் இருக்குமானால் அப்போது அந்த முயற்சி பலிக்கும். எத்தகைய மகளிரது கூட்டத்தில் பழகினாலும் காமத் தினால் மயங்கமாட்டார்கள். மகளிர் அனைவரையும் தாயாகப் பார்க்கின்ற உள்ளம் வரும்.

குழந்தை உள்ளம்

உடம்பினால் அந்த மகளிரைவிட வளர்ந்தவர்களாக இருந்தாலும் உள்ளத்தால் அவர்களுடைய குழந்தையாகி அவர்களைத் தாயாகப் பார்க்கின்ற மனோபாவம் வந்துவிடும். குழந்தைப் பெருமானைக் கும்பிடுகிறவர் உள்ளம் குழந்தையுள்ளமாக மாறிவிடும். குழந்தை பெண்ணைத் தாயாகத்தானே பார்க்கும்? ஞானத்தையே வேலாக உடைய குழந்தைப் பெருமானை வழிபடுகின்ற ஞானிகளும் எல்லாப் பெண்களையும் தாயாகப் பார்த்தார்கள். ஞானிகளின் இலக்கணம் சொல்ல வந்து,

"நம் மங்கையரைத் தாய்போல் நினைந்து"

என்று பட்டினத்தார் சொல்கிறார். நன்மங்கையரிடத்தில் பழகும் போது தாயாகப் பார்ப்பார்கள்; தீய மங்கையர்களிடம் அவர்கள் பழகவே மாட்டார்கள்.

எல்லாப் பெண்களையும் நாமும் தாயாகப் பார்க்க வேண்டுமானால் நாம் அவர்கள் எல்லோருக்கும் குழந்தை என்ற மனோ பாவம் வரவேண்டும்; நாம் முதலில் குழந்தையாகாமல் அவர்கள் தாயென்ற உணர்ச்சி வருவது அருமை.

தம் மனைவி அல்லாத மற்றப் பெண்களை எல்லாம் இந்நாட்டவர், "அம்மா" என்று அழைப்பது மரபு. அம்மா என்று அழைக்கும் உள்ளத்திலே அவகாமம் தோன்றக் கூடுமா? தோன்றுகிறதே என்றால் நினைக்கின்ற உள்ளத்திலே தெம்பு இல்லை. மனத்திண்மை இல்லாதவர்கள் எம்பெருமான் திருக் கரத்திலுள்ள ஞானவேலை நினைத்துக் கொண்டால் போதும்; மனத்தின் கோழைத்தனத்தைப் போக்கித் தைரியத்தையும் திண்மையையும் வேல் அளித்துவிடும்.

வேற் கந்தன்

அதை நினைந்துதான் அருணகிரியார், 'வேற் கந்தனே' என்று துணைக்குக் கூவி அழைக்கிறார்.

'ஞான வேலைப் படையாக உடைய கந்தப் பெருமானே' என்று அழைத்து, "அப்பா! இந்த நாட்டிலே எல்லா இன்ப போகங்களையும் துறந்து பல காலமாக உன் துணையின்றி வேறு எத்தனையோ விதமான புறப்படைகளைப் பூண்டு தவம் செய்யத் துணிந்த துறவிகள் இருக்கிறார்களே; அவர்களைப் போலவே நானும் எல்லாவற்றையும் துறந்து வந்துவிட்டேன். இருந்தாலும் துறந்தோர் உளத்தை வளைத்துப் பிடித்துப் பதைக்கப் பதைக்க வதைக்கும் கண்ணார்க்கு இளைத்து நான் தவிக்கின்றேனே! நீ உன் கை வேற்படையோடு துணையாக வந்துவிட்டால் எனக்கு இளைப்பு வருமா? வராதே! இளைத்துத் தவிக்கின்ற நிலை போய் விடுமே! எப்போது அப்பா வந்து இரட்சிக்கப் போகிறாய்?" என்ற வேண்டுகோளை விடுக்கிறார்.

முருகன் அவரைப் பார்த்துக் கேட்கிறான்: "என்னைத் துணைக்கு அழைக்கிறாயே ; என் கையிலுள்ள வேற் படையைத் துணைக்கு அழைக்கிறாயே! என்னைப் பற்றியும், என் வேலைப் பற்றியும் உனக்கு ஏதாவது தெரியுமா?" என்று வினாவுகிறான்.

வெள்ளோட்டம்

அருணகிரியார் சொல்கிறார்: "அது எனக்குத் தெரியாதா சுவாமி? உலகம் எல்லாம் உன்னைப் போற்றுகின்ற வரலாறு கூடத் தெரியாமல் நான் தமிழ் நாட்டில் வாழ்கிறேன் என்று நினைக்கிறாயா? எப்போதும் உன்னுடைய திருக்கரத்தில் இருக்கும் வேலின் செயல் இன்னது என்பதை எங்களுக்கு உணர்த்த வேண்டி முன்பே ஓர் ஒத்திகை செய்து காட்டியிருக்கிறாயே! சூர சங்காரம் செய்தது அந்த வேல் தானே?" என்பது போலப் பாடுகிறார்.

கிளைத்துப் புறப்பட்ட சூர்மார்
புடன்கிரி ஊடுருவத்
துளைத்துப் புறப்பட்ட வேல்.

அந்த வேல் முன்பு சூரனைச் சங்காரம் செய்தது. சூரன் மாயையின் பிள்ளை. பல பல உருவங்களோடு அவன் கிளைத்துப் புறப்பட்டுக் கொண்டே இருந்தான். இறக்க இறக்கத் திரும்பவும் பலவித உருவங்களோடு எழுந்து கொண்டே இருந்தான். அவனுக்குக் கவசமாக இருந்தது கிரௌஞ்ச கிரி. முருகன் விடுத்த வேல் அந்தக் கிரியைத் துளைத்து உள்ளே போய்க் கிளைத்துப் புறப்பட்ட சூரன் மார்பையும் துளைத்து வெளியே புறப்பட்டு வந்துவிட்டது. 'இந்த வரலாறு எனக்குத் தெரியாதா அப்பா? வெறும் வெள்ளோட்டமாக இதைக் காட்டினாய். இதைப் பற்றிக் கந்தப்புராணம் மிக விரிவாகப் பாராட்டிப் பேசுகிறது. இது ஒன்றே உன்னுடைய வேலையாக இருந்திருக்குமானால் சூர சங்காரத்திற்குப் பிறகு வேலைக் கீழே வைத்திருப்பாயே! சூர சங்காரத்தில்தான் உன்னுடைய வேலை ஆரம்பமாயிற்று. அந்த வேலை இன்னும் முடியவில்லையே! கையில் எப்போதும் அந்தச் சக்தி வேலுடன் நிற்கிறாய். அந்த வேலை நினைத்தால் உள்ளத்தில் திரும்பத் திரும்பக் கிளைத்துப் புறப்படுகின்ற காமமாகிய அசுரன், மாயா சக்தியோடு கலந்து எழும் அவகாம மாகிய அசுரன், கிளைத்துக் கிளைத்துப் புறப்பட்ட மாயையின் பிள்ளையாகிய சூரனைப் போல அழிந்து போவான் என்பதைக் காட்ட அல்லவா அன்றைக்கு ஒத்திகை போல நடத்திக் காட்டி னாய்? அதை மறந்து விடுவேனா? இப்போது, என்னை எந்நாள் வந்து இரட்சிப்பையே?" என்று பிரார்த்தித்துக் கொள்கிறார்.

இப்பொழுது வா, இன்றைக்கு வா எனக் காலம், நேரம் குறிப்பிட்டு உன்னை நான் வேண்டிக்கொள்ள முடியுமா? என்னைப் போல எத்தனையோ பேர்கள் உன்னுடைய அருளுக்காக அல்லும் பகலும் தவம் செய்து கொண்டிருக்கிறார்கள் என்பது எனக்குத் தெரியும். எல்லோரையும் காப்பாற்ற வேண்டிய பொறுப்பு உனக்கு

இருக்கிறது. எல்லோர் அகங்களுக்கும் போய்வர வேண்டுமென்றால் உனக்கு நேரம் வேண்டாமா? சாமானிய மனிதர்களே, 'இன்றைக்கு வா, நாளைக்கு வா என்று அழைக்காதீர்கள். நான் பல வேலைகளை உடையவன். சௌகரியப்பட்ட போது வருவேன்' என்று சொல்லுகிறார்களே! அவர்கள் எல்லோரையும் விட எப்போதும் சுறுசுறுப்பாக ஒரு கணம் கூட ஓய்வில்லாமல் பக்தர்களை ஆட்கொள்ள மயில்வாகனத்தில் ஏறிப் போய்க் கொண்டே இருக்கும் உன்னை, 'இன்றைக்கு வந்து என்னை இரட்சிப்பாய்!' என்று காலம் குறிப்பிட்டு வேண்ட முடியாது. நான் என்னுடைய விண்ணப்பத்தைப் போட்டு விட்டேன். நீ உனக்குச் சௌகரியப்பட்ட காலத்தில், என்னுடைய மனப் பக்குவத்திற்கு ஏற்ப இரட்சிக்க வேண்டும். என்றைக்கு உன் திருவுள்ளம் இரங்கும்?" என்கிறார்.

கிளைத்துப் புறப்பட்ட சூர்மார்
புடன்கிரி ஊடுருவத்
துளைத்துப் புறப்பட்ட வேல்கந்த
னே! துறந் தோர்உளத்தை
வளைத்துப் பிடித்துப் பதைக்கப்
பதைக்க வதைக்கும்கண்ணார்க்கு
இளைத்துத் தவிக்கின்ற என்னைஎந்
நாள்வந்து இரட்சிப்பையே?

[பல உருவங்களாகப் பிரிந்து வெளிப்பட்ட சூரபன்மனுடைய மார்போடு கிரௌஞ்சகிரியும் ஒரே சமயத்தில் ஊடுருவும்படியாகத் துளைத்து வெளிப்பட்ட ஞான வேலையுடைய கந்தபிரானே! துறந்தவர்களின் உள்ளத்தைத் தம் பக்கலில் வளைத்து அகப்படுத்தி அவர்கள் மிகவும் பதைக்கும்படி வாதனை செய்யும் காமப் பார்வையையுடைய கண்ணைப் பெற்ற மகளிருக்கு வலியிழந்து தவிக்கின்ற அடியேனை நீ என்றைக்கு எழுந்தருளி வந்து பாதுகாப்பாய்?

கிளைத்து - மாமரமாகக் கிளைகொண்டு என்றும் பொருள் கூறலாம். மார்பையும் கிரியையும் ஒருங்கே துளைத்தது;

'கிளைபட்டெழுசூ ருரமும் கிரியும், துளைபட் டொழியத் தொடுவே லவனே" (கந்தர் அநுபூதி) இளைத்து - இளைப்புற்று; வலிமையை இழந்து. வேற்கந்தனே என்றது இந்தக் கண்ணால் விளையும் காமத்தைப் போக்கும் ஞான வேலைக் கொண்டவன் என்ற குறிப்பை உடையது.]

முற்றும்.

★★★